ANG CRUFFIN BIBLIYA

Pag-aari ang sining ng Cruffins sa pamamagitan ng 100 mahusay na Recipe

Javier Parra

Copyright materyal ©202 3

Lahat Mga karapatan Nakareserba .

Hindi bahagi ng ito aklat maaaring maging ginamit o ipinadala sa anuman anyo o sa pamamagitan ng anuman ibig sabihin wala ang nararapat nakasulat pagpayag ng ang tagapaglathala at copyright may-ari, maliban sa para sa maikli mga sipi ginamit sa a pagsusuri. Ito aklat dapat hindi maging isinasaalang-alang a kapalit para sa medikal, legal, o iba pa propesyonal payo.

TALAAN NG MGA NILALAMAN

TALAAN NG NILALAMAN 3
PANIMULA 6
FRUITY CRUFFINS 7
   1. Passion Fruit Cruffin 8
   2. Banoffee Cruffins 12
   3. Blueberry Cruffins 15
   4. Apricot-Almond Cruffins 18
   5. Strawberry Cruffins 20
   6. Lemon Sherbet Cruffins 22
   7. Lychee Cruffin 25
   8. Almond at Raspberry Cruffins 28
   9. Pineapple at Coconut Cruffin 31
   10. Kiwi Custard Cruffin 34
   11. Mango Mousseline Cruffin 37
SPICY CRUFFINS 40
   12. Cinnamon, Fruit, at Almond Cruffins 41
   13. Heavenly Ceylon Cinnamon Cruffin 44
   14. Flaky Gluten-Free Cinnamon Cruffins 47
   15. Pumpkin Spice Cruffins 50
   16. Air Fryer Cinnamon Cruffins 53
   17. Black Sesame Cruffin 55
MAY CAFFEINATED CRUFFINS 58
   18. Chai-Spiced Cruffins 59
   19. Matcha Cruffins 63
   20. Earl Grey at fig cruffins 65
HERBY CRUFFINS 68
   21. Chocolate Peppermint Cruffin 69
   22. Garlic Parmesan Herb Cruffins 72
   23. Malasang Pesto Cruffins 74
   24. Asiago Cheese And Italian Herbs Cruffin 76
NUTTY CRUFFINS 78
   25. Peanut butter at Jam Cruffins 79
   26. Peanut Butter Chocolate Chip Cruffins 82
   27. Hazelnut Chocolate Cruffins 84
CHOCOLATE CRUFFINS 86
   28. Tiramisu Cruffins 87
   29. Nutella Stuffed Pumpkin Cruffins 90
   30. Easter Marble Cruffins 93
   31. Chocolate Ganache Cruffins 96
CHEESY CRUFFINS 99
   32. Cheesy Ranch-Infused Cruffins 100
   33. Raspberry Cream Cheese Cruffins 103
   34. Cheesy Garlic Cruffin 105
   35. Blackcurrant Cheesecake Cruffin 108

CARAMEL CRUFFINS 111
    36. Salted Caramel Cruffin 112
    37. Hazelnut Caramel Cruffin 115
    38. Cruffin with Caramel Popcorn 118
    39. Pistachio Salted Caramel Cruffin 121
    40. Caramel Macadamia Cruffin 124
    41. Dulce De Leche Cruffin 127
    42. Caramel Latte Cruffin 130
    43. Sea Salt Caramel Custard Cruffin 133
    44. Miso Caramel Cruffin 136
    45. Malted Milk Cruffins 139
    46. Dulce de Leche Churro Cruffin 142
MEATY CRUFFINS 145
    47. Ham at Cheese Cruffins 146
    48. Bacon at Goats' Cheese Cruffins 149
    49. Sausage at Pepper Cruffin 152
    50. Pepperoni at Mozzarella Cruffin 154
MGA CROISSANT 156
    51. Pink Rose at Pistachio Dipped Croissant 157
    52. Lavender Honey Croissant 161
    53. Rose Petal Croissant 163
    54. Orange Blossom Croissant 165
    55. Chamomile Croissant 167
    56. Hibiscus Croissant 169
    57. Jasmine Croissants 171
    58. Butterfly Pea Flower Croissant 173
    59. Raspberry Rose Lychee Croissant 176
    60. Blueberry Croissant 180
    61. Raspberry Croissant 182
    62. Peach Croissant 184
    63. Mixed Berry Croissant 186
    64. Apple Fritter Croissant Bake 188
    65. Blueberry Lemon Croissant 190
    66. Cranberry at Orange Croissant 192
    67. Pineapple Croissant 194
    68. Plum Croissant 196
    69. Dreamsicle Sourdough Croissant na may Meringue 198
    70. Chocolate chip croissant 202
    71. Banana eclair croissant 205
    72. Chocolate Croissant 207
    73. S'mores Croissant 209
    74. Pistachio Croissant 212
    75. Hazelnut Chocolate Croissant 214
    76. Pecan Cinnamon Croissant 216
    77. Walnut Croissant 218
    78. Mixed Nut Croissant 220

79. Chocolate Hazelnut Croissant 222
80. Cinnamon Finger Bun Croissant 224
81. Almond Joy Croissants 228
82. Raspberry Almond Croissant 230
83. Ham at Cheese Croissant 232
84. Black Sesame Seed Croissant 234
85. Maanghang na Chorizo Croissant 237
86. Spicy Pepperoni Croissant 239
87. Cardamom Croissant 241
88. Gingerbread Croissant 243
89. Curry Croissant 245
90. Paprika Croissant 247
91. Chili Croissant 249
92. Apple Cinnamon Croissant 251
93. Blueberry at Cream Cheese Croissant 253
94. Bacon at Cheddar Croissant 255
95. Spinach At Feta Croissant 257
96. Pizza Croissant 259
97. Cottage Cheese Croissant 262
98. Strawberry Cream Cheese Croissant 264
99. Peach at Cream Cheese Croissant 266
100. Brie at Apple Croissants 268

KONKLUSYON 270

PANIMULA

Maligayang pagdating sa kasiya-siya at kaakit-akit na mundo ng mga cruffin! Ang mga makalangit na pastry na ito, isang kasiya-siyang pagsasanib ng flakiness ng mga croissant at ang kaakit-akit na apela ng mga muffins, ay kinuha ang pastry world sa pamamagitan ng bagyo. Sa komprehensibong gabay na ito, sinisimulan namin ang isang napakasarap na pakikipagsapalaran sa pagluluto na nangangako na hindi lamang pataasin ang iyong mga kasanayan sa pagluluto kundi pati na rin ang iyong panlasa sa hindi mapaglabanan na pang-akit ng cruffins. Sa isang koleksyon ng 100 maingat na na-curate na mga recipe, maglalakbay kami sa magkakaibang hanay ng mga lasa, fillings, at diskarte, na tinitiyak na sa pagtatapos ng culinary exploration na ito, lalabas ka bilang isang cruffin connoisseur. Isa ka mang baker na baker na naghahanap ng mga bagong hamon o isang mausisa na baguhan na sabik na makipagsapalaran sa mundo ng mga pastry, ang aklat na ito ang iyong pinakamagaling na mapagkukunan para sa mastering ang sining ng cruffins. Sisimulan natin ang ating paglalakbay sa mga pangunahing kaalaman, na naglalagay ng matibay na pundasyon sa pamamagitan ng pagpapaliwanag sa mga pangunahing prinsipyo ng paglikha ng cruffin. Mula doon, unti-unti kaming uunlad sa mas masalimuot at mapagbigay na mga recipe na nangangako na pumukaw sa iyong pagkamalikhain at mag-iiwan ng pangmatagalang impresyon sa iyong mga kaibigan at pamilya. Ang pakikipagsapalaran ay nagbubukas ngayon, at habang nagna-navigate ka sa mga pahina ng gabay na ito, makakahanap ka hindi lamang ng mga recipe kundi pati na rin ng maraming kaalaman at mga tip na magbibigay-kapangyarihan sa iyo na lumikha ng mga cruffin na katunggali sa mga matatagpuan sa pinakamagagandang panaderya. Ang bawat recipe ay isang hakbang sa iyong paglalakbay sa pagiging isang cruffin maestro, at sa bawat bake, magkakaroon ka ng kumpiyansa na mag-eksperimento sa mga lasa, fillings, at mga presentasyon na nagpapakita ng iyong natatanging istilo. Kaya, painitin muna natin ang mga hurno, tipunin ang ating mga sangkap, at sabay nating simulan ang kapana-panabik na paglalakbay na ito. Ang mga lihim ng cruffin ay naghihintay sa iyong pagtuklas, at sa oras na tapusin mo ang aklat na ito, magkakaroon ka ng mga kasanayan at kaalaman upang gawing cruffin haven ang iyong kusina. Maghanda upang isawsaw ang iyong sarili sa mundo ng mga cruffin, kung saan ang bawat ginintuang layer ay nagsasabi ng isang kuwento ng pagkahilig, pagkamalikhain, at kagalakan ng pagluluto. Happy baking!

FRUITY CRUFFINS

1. Passion Fruit Cruffin

MGA INGREDIENTS:
HALONG HARINA
- 528 g harina ng tinapay
- 792 g all-purpose na harina

STARTER
- 48g sariwang lebadura
- 216g tubig (18-20°C)
- 180g halo ng harina
- 30g na halo ng harina, para sa pagsala sa itaas

DOUGH
- 1080g halo ng harina
- 150g ng asukal
- 30 g asin
- 80g gata ng niyog (17-19% taba)
- 340 g ng oat milk
- 132g mantikilya na nakabatay sa halaman

BUTTER PACK ROLL-IN
- 900g mantikilya na nakabatay sa halaman

PASSION FRUIT CARAMEL
- 30 g ng sorbitol
- 150g ng asukal
- 150g passion fruit puree
- ½ vanilla bean, mga buto na nasimot
- 150g Passion Fruit Inspiration couverture
- 30g passion fruit puree
- 55g virgin coconut oil

WHIPPED GANACHE
- 225g Chocolate, halos tinadtad
- 15g cocoa butter
- 112g gata ng niyog (17-19% taba)
- 12g glucose
- 12g invert sugar
- ½ vanilla bean, mga buto na nasimot
- 1 g asin
- 250g malamig na gata ng niyog (17-19% na taba)

MGA TAGUBILIN:
STARTER
a) Sa isang mangkok, i-dissolve ang lebadura sa tubig at magdagdag ng 180g ng harina na halo, pagsasama-sama hanggang sa ma-hydrated.
b) Salain ang 30g na halo ng harina sa itaas. Hayaang tumaas ito sa temperatura ng silid sa loob ng 45-60 minuto hanggang sa triple ang volume.

DOUGH
c) Ilagay ang lahat ng sangkap sa isang mangkok ng panghalo, idagdag ang starter, at ihalo sa mababang gamit ang dough hook sa loob ng 6-8 minuto hanggang sa mabuo ang gluten.
d) I-wrap ang kuwarta at palamigin magdamag o hindi bababa sa 8 oras bago ang paglalamina.

PAGLALARA AT PAGHUBOG
e) Laminate ang kuwarta na may dalawang dobleng tiklop (mga tiklop ng libro), na nagpapahinga sa refrigerator sa pagitan. I-freeze nang halos isang oras bago i-roll at hubugin.
f) Igulong ang kuwarta sa 30 cm ang taas at 4.25 cm ang kapal, gupitin ang mga gilid, gupitin sa 2.5 cm x 28 cm na mga piraso, itrintas ang tatlong piraso, at igulong ito. Ilagay ang bawat kuwarta sa greased 7 cm cube pans. Patunay sa 26-28°C sa loob ng 4-5 oras. Maghurno sa 375°F sa loob ng 20-30 minuto, pagkatapos ay hayaan silang lumamig bago mapuno.

PASSION FRUIT CARAMEL
g) Matunaw ang sorbitol sa isang kasirola, magdagdag ng asukal, at mag-caramelize sa isang light amber na kulay. Alisin mula sa init, magdagdag ng passion fruit puree, at lutuin sa 115°C.
h) Magdagdag ng vanilla seeds, cool na karamelo sa 60°C, at ibuhos sa passion fruit couverture. Haluin para makagawa ng emulsion, pagkatapos ay ihalo ang natitirang passion fruit puree at coconut oil. Gamitin ang karamelo sa temperatura ng kuwarto.

WHIPPED GANACHE
i) Ilagay ang tinadtad na tsokolate at cocoa butter sa isang mangkok. Sa isang maliit na kawali, pagsamahin ang gata ng niyog, glucose, invert sugar, vanilla seeds, at asin.
j) Painitin hanggang kumulo at ibuhos ang tsokolate at cocoa butter.
k) I-emulsify gamit ang isang immersion blender, timpla sa malamig na gata ng niyog, at ilagay sa refrigerator magdamag.

l) Upang mamalo, ilagay ang malamig na ganache sa isang mixer bowl at latigo gamit ang whisk attachment sa mataas na bilis hanggang sa malambot.

ASSEMBLY AT PAGTAPOS:
m) I-pipe ang 20g ng passion fruit caramel at 30g ng whipped ganache sa bawat cruffin.
n) Pahiran ng granulated sugar ang labas ng cruffins.
o) Palamutihan ang mga tuktok na may higit pang ganache at tsokolate ayon sa gusto.

2. Banoffee Cruffins

MGA INGREDIENTS:
PARA SA CRUFFIN DOUGH:
- 1 lata ng croissant dough (magagamit sa refrigerated section)
- 2 kutsarang unsalted butter, natunaw
- ¼ tasa ng brown sugar
- 1 kutsarita ng giniling na kanela
- 1 hinog na saging, hiniwa ng manipis
- ¼ tasa ng toffee sauce o caramel sauce

PARA SA TOPPING:
- ½ tasang mabigat na cream
- 1 kutsarang may pulbos na asukal
- ½ kutsarita vanilla extract
- 1 maliit na saging, hiniwa
- Mga durog na toffee bit (opsyonal)

MGA TAGUBILIN:

a) Painitin muna ang iyong oven ayon sa mga tagubilin sa pakete ng croissant dough.

b) Buksan ang lata ng croissant dough at i-unroll ito. Paghiwalayin ang mga tatsulok.

c) Sa isang maliit na mangkok, paghaluin ang brown sugar at ground cinnamon.

d) I-brush ang bawat croissant triangle ng tinunaw na mantikilya, pagkatapos ay iwiwisik ang mga ito ng masaganang may brown sugar at cinnamon mixture.

e) Maglagay ng ilang hiwa ng hinog na saging sa malawak na dulo ng bawat tatsulok na croissant, pagkatapos ay lagyan ng kaunting toffee o caramel sauce ang mga hiwa ng saging.

f) I-roll up ang bawat croissant triangle mula sa malawak na dulo hanggang sa punto, na lumilikha ng hugis gasuklay. Siguraduhin na ang sarsa ng saging at toffee ay ligtas sa loob.

g) Grasa ang muffin tin na may non-stick spray o butter.

h) Ilagay ang bawat napunong croissant sa isa sa mga muffin cup, tiyaking nakasuksok ang dulo sa ilalim upang maiwasang mabuksan ito.

i) Maghurno sa preheated oven ayon sa mga tagubilin sa pakete para sa croissant dough, kadalasan hanggang sa sila ay ginintuang kayumanggi at puffed up.

j) Habang nagluluto ang cruffins, gawin ang topping. Sa isang mixing bowl, hagupitin ang heavy cream hanggang sa lumapot ito. Idagdag ang powdered sugar at vanilla extract at ipagpatuloy ang paghagupit hanggang sa mabuo ang stiff peak.

k) Kapag ang cruffins ay tapos na sa pagluluto, payagan ang mga ito upang palamig sa muffin lata sa loob ng ilang minuto, pagkatapos ay ilipat ang mga ito sa isang wire rack upang ganap na lumamig.

l) Kapag lumamig na ang cruffins, pipe o kutsara ang whipped cream sa ibabaw ng bawat cruffin.

m) Palamutihan ng karagdagang mga hiwa ng saging at mga durog na piraso ng toffee, kung ninanais.

n) Ihain ang iyong masarap na Banoffee Cruffins at magsaya!

3. Mga Blueberry Cruffin

MGA INGREDIENTS:
PARA SA DOUGH:
- 150 gramo (1 tasa + 1 kutsara) harina ng tinapay
- 150 gramo (1 tasa + 1 kutsara) all-purpose na harina
- 1 ½ kutsarita (6 gramo) instant dry yeast
- 2 kutsarang butil na asukal
- 160 gramo (½ tasa + 2 kutsara) maligamgam na sinala na tubig (hindi gripo)
- 50 gramo (3 ½ kutsara) inasnan na mantikilya, pinalambot at nilagyan ng cube
- 165 gramo (11 ½ kutsara) inasnan na mantikilya, temperatura ng silid

PARA SA PILLING AT TOPPING:
- Blueberry jam
- May pulbos na asukal

MGA TAGUBILIN:
a) Sa isang bowl ng standing mixer na nakakabit sa dough hook, paghaluin ang bread flour, all-purpose flour, yeast, at asukal.
b) Kapag nahalo, idagdag ang iyong tubig at masahin sa mababang bilis hanggang sa mabuo ang isang mabuhok na masa, mga 3 minuto.
c) Idagdag ang 50 gramo ng pinalambot at nakakubo na mantikilya at masahin ng 5 minuto sa mababang bilis hanggang sa maisama ang mantikilya, pagkatapos ay itaas ang iyong bilis sa katamtaman at masahin ng mga 10-15 minuto hanggang sa mabuo ang isang makinis na bola ng kuwarta.
d) Takpan ang mangkok na may plastic wrap at hayaang tumaas ang kuwarta nang mga 45 minuto; ang masa ay pumuputok at magiging mas malaki.
e) Maghanda ng popover pan sa pamamagitan ng bahagyang pag-grasa sa loob ng shortening at paglalagay ng alikabok dito ng harina.
f) Ilipat ang kuwarta sa isang bahagyang floured surface at hatiin ito sa 6 pantay na bahagi.
g) I-flatte ang bawat bahagi nang humigit-kumulang ½ pulgada ang kapal, pagkatapos ay gumamit ng pasta roller upang manipis ang kuwarta.
h) Pagkatapos lumiligid sa pinakamalawak na setting, tiklupin ang kuwarta sa pangatlo at ulitin.
i) Gupitin ang kuwarta sa kalahati, pagkatapos ay i-roll ang bawat kalahati hanggang sa ito ay napakanipis nang hindi napunit.

j) Lagyan ng mantikilya ang kalahati ng bawat bahagi ng kuwarta gamit ang room-temperature butter, pagkatapos ay igulong ang mga ito nang hiwalay.
k) Ilagay ang pinagsamang kuwarta mula sa ikalawang kalahati sa ibabaw ng unang roll, pagkatapos ay igulong ang mga ito nang magkasama sa isang matabang roll.
l) Gupitin ang pinagsamang kuwarta sa kalahating pahaba, na lumilikha ng dalawang piraso.
m) Ilagay ang parehong kalahati sa isang tasa ng popover pan na ang mga layer ay nakaharap palabas.
n) Ulitin ang proseso para sa lahat ng 6 na piraso ng orihinal na kuwarta.
o) Takpan ang popover pan nang maluwag gamit ang plastic wrap at hayaang tumaas ang kuwarta sa temperatura ng silid sa loob ng 2-3 oras o hanggang sa doble ang laki.
p) Painitin muna ang oven sa 400°F at maglagay ng sheet pan sa ilalim ng popover pan upang mahuli ang butter drippings.
q) Maghurno hanggang sa ginintuang kayumanggi at puffed up, tungkol sa 20-30 minuto.
r) Hayaang lumamig sa kawali nang mga 10 minuto bago ilipat sa wire rack.
s) Punan ang isang piping bag na nilagyan ng medium star tip na may blueberry jam.
t) Ipasok ang dulo sa tuktok ng isang ganap na malamig na cruffin at pisilin ang jam dito hanggang sa makaramdam ka ng pagtutol.
u) Ulitin sa iba pang mga cruffin.
v) Banayad na alikabok ang tuktok ng bawat cruffin na may pulbos na asukal. Masiyahan sa iyong Blueberry Cruffins!

4. Apricot-Almond Cruffins

MGA INGREDIENTS:
- 350g pack na ready-to-roll croissant dough
- 50g mantikilya, pinalambot, dagdag pa para sa pagpapadulas
- 1 kutsarita ng plain na harina
- 50 gramo ng mga almond sa lupa
- 50g gintong asukal sa caster
- ¼ kutsarita ng vanilla o almond extract
- 1 pula ng itlog
- 10g toasted flaked almonds
- 2 kutsarang apricot jam
- Icing sugar, para sa pag-aalis ng alikabok

MGA TAGUBILIN:
a) Painitin muna ang oven sa gas 6, 200°C, fan 180°C. Grasa ang 6 na butas ng 12-hole na muffin tin na may mantikilya.

b) I-unroll ang croissant dough at gupitin ang mga seksyon sa 6 na tatsulok. Ilagay ang mga ito nang patag na may mahabang gilid sa ibaba. Gupitin ang tuktok ng bawat isa upang makagawa ng 6 na piraso na humigit-kumulang 5cm ang lapad (ang natitirang mga tuktok ay maaaring gamitin upang gumawa ng mga mini croissant).

c) Sa isang mangkok, paghaluin ang mantikilya, harina, giniling na mga almendras, asukal, vanilla o almond extract, at pula ng itlog sa isang makinis na i-paste. Maglagay ng isang kutsara sa bawat pastry strip at ikalat ito sa pantay na layer.

d) I-roll up ang bawat strip sa isang spiral, ikalat ang mga flaked almond, at ilagay ang mga ito sa lata. Palamigin ng 15 minuto.

e) Alisin mula sa refrigerator at i-bake sa loob ng 15-17 minuto, hanggang ang pastry ay malutong at ginintuang.

f) Alisin ang bawat cruffin mula sa lata gamit ang isang palette knife. Ilagay ang apricot jam sa isang piping bag na may maliit na nozzle at i-pipe ito sa gitna ng bawat lutong cruffin.

g) Alikabok ang mga ito ng icing sugar at ihain nang mainit o sa temperatura ng kuwarto.

h) Tangkilikin ang kasiya-siyang Apricot-Almond Cruffins bilang perpektong almusal o meryenda!

5. Mga Strawberry Cruffin

MGA INGREDIENTS:
- 1 kutsarang malambot na mantikilya
- ½ kutsarita ng giniling na kanela
- 6 kutsarita ng butil na asukal
- 1 pack ng croissant dough (hanapin ito sa pinalamig na seksyon)
- 2 kutsarang handa na custard
- 125g strawberries, hinukay at napakapinong hiniwa
- Icing sugar para sa pag-aalis ng alikabok

MGA TAGUBILIN:

a) Mantikilya ng 6 na butas ng malaking muffin tin, pagkatapos ay ihalo ang kalahati ng kanela sa asukal. Isa-isa, maglagay ng isang kutsarita ng cinnamon sugar sa bawat butas ng muffin at igulong upang mabalot ang loob. Painitin muna ang oven sa 200°C (180°C fan o gas mark 6).

b) Maingat na i-unroll ang croissant dough, at gupitin ito sa 3 parihaba ng dough para mapanatili mong magkadikit ang 2 croissant triangle upang makagawa ng 3 parihaba. Gupitin ang bawat isa sa kalahating pahaba, kaya may natitira kang 6 na mas manipis na piraso.

c) Sa paggawa ng isa-isang cruffin, lagyan ng manipis na layer ng custard ang masa, mag-iwan ng walang laman na 1cm ang lapad na hangganan sa gilid na pinakamalapit sa iyo.

d) Ilagay ang tuldok sa ibabaw ng mga strawberry sa ibabaw ng custard, hayaang lumabas ang ilang tip sa itaas na gilid ng kuwarta. Ikalat gamit ang isang kurot ng mas maraming giniling na kanela, pagkatapos ay igulong ang croissant dough mula sa isa sa mga mas maikling gilid, pagsasama-samahin ang hangganan ng kuwarta upang ma-seal sa isang base.

e) Iupo ang roll, pinched base side pababa, sa isa sa mga muffin hole, at ulitin kasama ang natitirang kuwarta, custard, at strawberry.

f) Kapag ang lahat ng cruffins ay binuo, maghurno para sa 15-20 minuto, hanggang sa tumaas, ginintuang, at malutong sa itaas.

g) Itulak ang croissant dough pabalik sa mga lata kung tumaas ito nang husto habang nagluluto. Alikabok ng icing sugar para ihain.

6. Lemon Sherbet Cruffins

MGA INGREDIENTS:
PARA SA CROISSANT DOUGH:
- Kalahating batch ng croissant dough
- Mga 4 na kutsarang caster sugar
- 1 kutsarita ng pinong sea salt

PARA SA PAG-ALABAS:
- Mga 4 na kutsarang caster sugar
- 2-3 kutsarita ng pinatuyong lemon powder (opsyonal)

PARA SA PAGPUPUNO (OPTIONAL):
- Mga 3 kutsarang lemon curd
- 50g puting tsokolate, natunaw

ICING at TOPPING:
- 4-5 tablespoons ng fondant icing sugar
- Sariwang lemon juice upang ihalo
- Isang pagwiwisik ng pinatuyong mga piraso ng raspberry

MGA TAGUBILIN:

a) Pagulungin nang manipis ang huling croissant dough sa humigit-kumulang 18cm by 45cm at gupitin ang mga gilid. Gupitin sa limang parihaba na may sukat na mga 18cm by 9cm.

b) Paghaluin ang asukal sa asin at iwiwisik ng masaganang sa bawat parihaba ng kuwarta, dahan-dahang tinatapik ito sa kuwarta.

c) Igulong ang bawat parihaba ng kuwarta nang medyo mahigpit na ang mas maikling gilid ay nakaharap sa iyo upang lumikha ng isang maliit na Swiss roll ng kuwarta. Dahan-dahang alisin ang kuwarta mula sa iyo habang gumugulong ka upang iunat ito nang kaunti.

d) Gupitin ang bawat pinagsama-samang kuwarta sa haba-way upang magbigay ng dalawang piraso, at kulutin ang bawat piraso upang bumuo ng isang maikling spiral na ang gilid ng hiwa ay nakaharap palabas. Hilahin ang mga piraso upang pahabain ang mga ito habang ikaw ay pupunta.

e) Ulitin ang proseso ng paghubog sa itaas para sa natitirang bahagi ng kuwarta upang lumikha ng kabuuang 10 spiral.

f) I-roll ang bawat spiral sa isang maliit na caster sugar at ilagay ang mga ito sa buttered muffin lata na ang patag na gilid ay nakaharap pababa. Iwanan upang patunayan sa temperatura ng silid hanggang sa bumangon nang husto at mabulaklak (sa loob ng ilang oras o higit pa).

g) Painitin muna ang oven sa 200°C (fan). I-brush ang bawat piraso ng risen dough na may pinalo na itlog. Ilagay sa oven at agad na ibaba ang oven sa 170°C (fan).

h) Maghurno ng humigit-kumulang 20 minuto hanggang sa malalim na ginintuang kayumanggi, pagkatapos ay ilipat sa isang wire rack upang ganap na lumamig, alisan ng balat ang greaseproof kapag lumabas ang mga ito sa mga lata.

i) Upang Punan at Itaas:

j) Paghaluin ang lemon curd at tinunaw na puting tsokolate hanggang sa maayos na pagsamahin at itabi hanggang sa bahagyang matuyo.

k) Paghaluin ang natitirang caster sugar sa lemon powder at igulong ang mga cruffin sa asukal na ito, na nagbibigay sa kanila ng napakagandang pag-aalis ng alikabok.

l) Gumawa ng isang maliit na butas sa tuktok ng bawat cruffin, pababa sa kalahati. Pipe ng kaunti ng pagpuno sa loob. Ang nakalamina na kuwarta ay magkakaroon ng mga air pocket sa loob para sa pagpuno upang mahanap ang paraan nito. Pipe ng swirl sa itaas, na tinatakpan ang butas.

m) Paghaluin ang icing sugar na may sapat na lemon juice upang magbigay ng makapal na icing. Ibuhos ito sa ibabaw ng mga cruffin. Iwiwisik ang mga tuyong piraso ng raspberry.

7. Lychee Cruffin

MGA INGREDIENTS:
PARA SA CRUFFIN DOUGH:
- 1 sheet puff pastry (natunaw)
- 2 kutsarang unsalted butter (natunaw)
- ¼ tasa ng butil na asukal

PARA SA LYCHEE FILLING:
- 1 tasa ng de-latang lychees, pinatuyo at pinong tinadtad
- 2 kutsarang butil na asukal
- 1 kutsarang gawgaw

PARA SA LYCHEE GLAZE:
- ¼ tasa ng lychee juice (mula sa mga de-latang lychee)
- 1 tasang may pulbos na asukal

MGA TAGUBILIN:
Ihanda ang LYCHEE FILLING:
a) Sa isang maliit na kasirola, pagsamahin ang tinadtad na lychees, granulated sugar, at cornstarch.
b) Magluto sa katamtamang init, patuloy na pagpapakilos, hanggang sa lumapot ang timpla at lumambot ang lychee. Alisin sa init at hayaang lumamig.

MAGTITIPON ANG MGA CRUFFIN:
c) Painitin muna ang iyong oven sa 375°F (190°C) at lagyan ng mantika ang muffin tin.
d) Igulong ang natunaw na puff pastry sheet sa isang parihaba at i-brush ito ng tinunaw na mantikilya.
e) Simula sa isang dulo, igulong ang pastry sheet sa isang log, katulad ng isang cinnamon roll.
f) Gupitin ang log sa 6 pantay na piraso.
g) Ilagay ang bawat piraso sa greased muffin tin, na nakaharap ang spiral side.

I-BAKE ANG CRUFFINS:
h) Ihurno ang mga cruffin sa preheated oven sa loob ng mga 20 minuto o hanggang sila ay maging golden brown at puffed up.
i) Alisin sa oven at hayaang lumamig sa muffin tin sa loob ng ilang minuto bago ilipat ang mga ito sa wire rack upang ganap na lumamig.

FILL AT GLAZE:

j) Kapag ang mga cruffin ay ganap na pinalamig, gumamit ng isang maliit na kutsilyo upang lumikha ng isang lukab sa bawat cruffin. Mag-ingat na huwag maputol ang lahat ng paraan.

k) Punan ang bawat lukab ng lychee filling.

GAWIN ANG LYCHEE GLAZE:

l) Sa isang mangkok, haluin ang lychee juice at powdered sugar hanggang sa magkaroon ka ng makinis na glaze.

m) Ibuhos ang lychee glaze sa mga tuktok ng cruffins, hayaan itong tumulo sa mga gilid.

n) Ihain ang iyong Lychee Cruffins at tamasahin ang mga kakaibang tropikal na lasa sa masarap na pastry na ito.

8. Almond at Raspberry Cruffins

MGA INGREDIENTS:
PARA SA PASTRY:
- 1 kutsarita ng mabilis na pagkilos na tuyo na lebadura
- 1 kutsarita ng lemon juice
- 225g malakas na puting harina, sinala, at dagdag para sa paghubog
- 25g gintong asukal sa caster
- 140g malamig na unsalted butter, tinadtad sa sugar-cube-sized na piraso

PARA SA PAGPUPUNO:
- 50g unsalted butter
- 50g gintong asukal sa caster
- 50 gramo ng mga almond sa lupa
- 1 kutsarita ng plain flour
- Ilang patak ng almond extract
- 1 pula ng itlog

MAGLINGKOD:
- Ilang tablespoons ng seedless raspberry jam
- Icing sugar, sa alikabok

MGA TAGUBILIN:
PASTRY:
a) Para sa pastry, sukatin ang 75ml na tubig na mainit-init, idagdag ang lebadura, at pukawin ito upang matunaw. Sukatin ang isa pang 75ml na malamig na tubig at idagdag ang lemon juice dito.

b) Paghaluin ang harina at asukal na may ½ kutsarita ng pinong asin sa isang malaking mangkok, pagkatapos ay ihagis sa mga cube ng mantikilya hanggang sa mabalot sa harina.

c) Iwiwisik ang tubig ng lebadura at tubig ng lemon sa mga nilalaman ng mangkok. Gamit ang isang round-bladed na kutsilyo, kumilos nang mabilis upang dalhin ang halo sa isang magaspang na masa na may mga bukol ng mantikilya sa loob nito.

d) Lumiko sa ibabaw ng pinagawaan ng harina, hubugin ang isang squat rectangle nang hindi ito masyadong minasa, pagkatapos ay balutin ng cling film at palamigin ng 15 minuto sa freezer.

e) Alikabok ng harina ang ibabaw ng trabaho at pastry.

f) I-roll ang pastry sa isang direksyon hanggang sa ito ay 3 beses ang haba ng lapad nito, o mga 45 x 15cm. Subukang panatilihing tuwid ang mga gilid habang gumulong ka, at ang itaas at ibabang mga gilid ay parisukat hangga't maaari.

g) Tiklupin ang pastry sa sarili nito. Tiklupin ang pangatlo sa ibaba pataas, pagkatapos ay ang pangatlo sa itaas pababa, upang makagawa ng isang maayos na bloke.

h) Iikot ang bloke upang ang nakabukas na gilid nito ay nakaharap sa kanan, tulad ng isang libro. Pindutin nang dahan-dahan ang mga gilid gamit ang rolling pin.

i) I-roll out at tiklupin ang pastry nang 3 beses pa para maging makinis na masa, na may kakaibang streak ng mantikilya dito at doon.

j) Kung ito ay pakiramdam na mamantika sa anumang punto o nagiging bukal, takpan at palamigin ng 10 minuto bago magpatuloy. I-wrap ang natapos na kuwarta at palamigin nang hindi bababa sa 1 oras.

PAGPUPUNO:

k) Upang gawin ang pagpuno, paghaluin ang lahat ng mga sangkap at timplahan ng isang pakurot ng asin. Itabi hanggang kailanganin.

l) Upang hubugin, ilagay ang kuwarta sa ibabaw ng pinagawaan ng harina. Gupitin ito sa kalahati sa gitna at ibalik ang kalahati sa refrigerator.

m) Igulong ang isa pa sa isang 30 x 20cm na parihaba, pagkatapos ay gupitin ito sa 3 piraso, bawat isa ay 10cm ang lapad.

n) Upang lumikha ng higit pang mga layer, tiklupin ang bawat piraso sa kalahating pahaba.

o) Maglagay ng isang malaking kutsarita ng almond mix sa isang dulo ng pastry, pagkatapos ay igulong ang pastry sa paligid nito.

p) Ilagay, gupitin, sa isang non-stick muffin tin. Ulitin upang makagawa ng 6 na cruffins. Maluwag na takpan ng cling film. Maaaring palamigin magdamag.

PATUNAY:

q) Patunayan ang kuwarta sa isang malamig na temperatura ng silid sa loob ng 2 oras o hanggang sa mapuno ng pastry ang mga balon ng lata.

r) Painitin ang oven sa 190C/170C fan/gas 5.

s) I-bake ang cruffins sa loob ng 20-25 mins hanggang sa tumaas at malalim na ginintuang kayumanggi. Alisin at palamig ng kaunti sa isang rack.

t) Para punuin ng jam, sandok ang jam sa isang piping bag na nilagyan ng 5mm nozzle, o gumamit ng squeezy bottle ng chef. Itulak ang nozzle sa gitna ng cruffin at pisilin.

u) Alikabok ang mga cruffin ng icing sugar at kumain ng malamig o mainit-init sa araw ng pagluluto.

v) Masiyahan sa iyong Almond at raspberry Cruffins!

9. Pineapple at Coconut Cruffin

MGA INGREDIENTS:
PARA SA CRUFFIN DOUGH:
- 1 sheet puff pastry (natunaw)
- 2 kutsarang unsalted butter (natunaw)
- ¼ tasa ng butil na asukal
- ¼ tasang hinimay na niyog

PARA SA PINEAPPLE FILLING:
- 1 tasang sariwang pinya (pinong-pino ang hiwa)
- ¼ tasa ng butil na asukal
- 1 kutsarang gawgaw
- 2 kutsarang tubig

PARA SA COCONUT GLAZE:
- ¼ tasang gata ng niyog
- 1 tasang may pulbos na asukal
- ¼ tasang hinimay na niyog (para sa dekorasyon)

MGA TAGUBILIN:
Ihanda ang PINEAPPLE FILLING:
a) Sa isang kasirola, pagsamahin ang diced pineapple, granulated sugar, cornstarch, at tubig. Lutuin sa katamtamang init, patuloy na pagpapakilos, hanggang sa lumapot ang timpla at lumambot ang pinya. Alisin sa init at hayaang lumamig.

Ihanda ang COCONUT GLAZE:
b) Sa isang mangkok, haluin ang gata ng niyog at asukal sa pulbos hanggang sa magkaroon ka ng makinis na glaze. Itabi.

MAGTITIPON ANG MGA CRUFFIN:
c) Painitin muna ang iyong oven sa 375°F (190°C) at lagyan ng mantika ang muffin tin.

d) Igulong ang natunaw na puff pastry sheet sa isang parihaba, at i-brush ito ng tinunaw na mantikilya.

e) Iwiwisik nang pantay-pantay ang ginutay-gutay na niyog sa buttered puff pastry.

f) Simula sa isang dulo, igulong ang pastry sheet sa isang log, katulad ng isang cinnamon roll. Gupitin ang log sa 6 pantay na piraso.

g) Ilagay ang bawat piraso sa greased muffin tin, na nakaharap ang spiral side.

MAGBAKE NG CRUFFINS:

h) Ihurno ang mga cruffin sa preheated oven sa loob ng mga 20 minuto o hanggang sila ay maging golden brown at puffed up.

i) Alisin sa oven at hayaang lumamig sa muffin tin sa loob ng ilang minuto bago ilipat ang mga ito sa wire rack upang ganap na lumamig.

FILL AT GLAZE:

j) Kapag ang mga cruffin ay ganap na pinalamig, gumamit ng isang maliit na kutsilyo upang lumikha ng isang lukab sa bawat cruffin. Mag-ingat na huwag maputol ang lahat ng paraan.

k) Punan ang bawat lukab ng pagpuno ng pinya.

l) Ibuhos ang coconut glaze sa mga tuktok ng cruffins, hayaan itong tumulo sa mga gilid.

m) Iwiwisik ang ginutay-gutay na niyog sa ibabaw ng glaze para sa karagdagang texture at lasa.

n) Ihain ang iyong nakakatuwang Pineapple at Coconut Cruffins bilang isang tropikal na pagkain para sa almusal, brunch, o dessert.

10. Kiwi Custard Cruffin

MGA INGREDIENTS:
PARA SA CRUFFIN DOUGH:
- 1 sheet puff pastry (natunaw)
- 2 kutsarang unsalted butter (natunaw)
- ¼ tasa ng butil na asukal
- ½ kutsarita ng giniling na kanela

PARA SA KIWI CUSTARD FILLING:
- 2 hinog na kiwi (binalatan at hiniwa)
- ¼ tasa ng butil na asukal
- ¼ tasa ng tubig
- 2 kutsarang gawgaw
- ¼ tasa ng gatas
- ¼ tasa ng mabigat na cream
- 2 malaking pula ng itlog
- ½ kutsarita vanilla extract

PARA SA KIWI GLAZE:
- 1 hinog na kiwi (binalatan at dalisay)
- 1 tasang may pulbos na asukal

MGA TAGUBILIN:
IHANDA ANG KIWI CUSTARD FILLING:
a) Sa isang maliit na kasirola, pagsamahin ang diced kiwi, granulated sugar, at tubig. Lutuin sa katamtamang init, paminsan-minsang pagpapakilos, hanggang sa masira ang kiwi at bahagyang lumapot ang timpla.

b) Sa isang hiwalay na mangkok, haluin ang cornstarch, gatas, heavy cream, egg yolks, at vanilla extract. Dahan-dahang idagdag ang halo na ito sa pinaghalong kiwi, patuloy na pagpapakilos.

c) Magluto ng ilang minuto pa hanggang sa lumapot ang custard. Alisin mula sa init at hayaan itong lumamig sa temperatura ng kuwarto.

IHANDA ANG KIWI GLAZE:
d) Pure isang hinog na kiwi sa isang blender o food processor. Salain ang katas upang maalis ang anumang buto o hibla.

e) Sa isang hiwalay na mangkok, haluin ang kiwi puree at powdered sugar hanggang sa magkaroon ka ng makinis na glaze. Itabi.

MAGTITIPON ANG MGA CRUFFIN:
f) Painitin muna ang iyong oven sa 375°F (190°C) at lagyan ng mantika ang muffin tin.

g) Igulong ang natunaw na puff pastry sheet sa isang parihaba, at i-brush ito ng tinunaw na mantikilya.

h) Sa isang maliit na mangkok, paghaluin ang granulated sugar at ground cinnamon. Iwiwisik ang halo na ito nang pantay-pantay sa buttered puff pastry.

i) Simula sa isang dulo, igulong ang pastry sheet sa isang log, katulad ng isang cinnamon roll. Gupitin ang log sa 6 pantay na piraso.

j) Ilagay ang bawat piraso sa greased muffin tin, na nakaharap ang spiral side.

k) Gamit ang iyong mga daliri, dahan-dahang patagin ang mga tuktok ng cruffins.

I-BAKE ANG CRUFFINS:

l) Ihurno ang mga cruffin sa preheated oven sa loob ng mga 20 minuto o hanggang sila ay maging golden brown at puffed up.

m) Alisin sa oven at hayaang lumamig sa muffin tin sa loob ng ilang minuto bago ilipat ang mga ito sa wire rack upang ganap na lumamig.

FILL AT GLAZE:

n) Kapag ang mga cruffin ay ganap na pinalamig, gumamit ng isang maliit na kutsilyo upang lumikha ng isang lukab sa bawat cruffin. Mag-ingat na huwag maputol ang lahat ng paraan.

o) Punan ang bawat lukab ng pagpuno ng kiwi custard.

p) Ibuhos ang kiwi glaze sa mga tuktok ng cruffins, hayaan itong tumulo sa mga gilid.

q) Ihain ang iyong masarap na Kiwi Custard Cruffin at magsaya!

11. Mango Mousseline Cruffin

MGA INGREDIENTS:
PARA SA CRUFFIN DOUGH:
- 2 ¼ tasa ng all-purpose na harina
- ¼ tasa ng butil na asukal
- 1 pakete (2 ¼ kutsarita) aktibong dry yeast
- ½ kutsarita ng asin
- ½ tasa ng mainit na gatas
- ¼ tasa unsalted butter, pinalambot
- 1 malaking itlog
- 1 kutsarita vanilla extract

PARA SA MANGO MOUSSELINE FILLING:
- 2 hinog na mangga, binalatan, pitted, at dalisay (mga 2 tasang katas)
- ½ tasa ng butil na asukal
- 2 kutsarang gawgaw
- 4 malalaking pula ng itlog
- ¼ tasa ng unsalted butter
- 1 kutsarita vanilla extract

PARA SA CRUFFIN TOPPING:
- Powdered sugar para sa pag-aalis ng alikabok

MGA TAGUBILIN:
a) Sa isang maliit na mangkok, pagsamahin ang mainit na gatas at lebadura. Hayaang umupo ito ng mga 5-10 minuto hanggang sa maging mabula.

b) Sa isang malaking mangkok ng paghahalo, pagsamahin ang harina, asukal, at asin. Idagdag ang foamy yeast mixture, softened butter, egg, at vanilla extract. Haluin hanggang mabuo ang isang masa.

c) Masahin ang kuwarta ng mga 5-7 minuto hanggang sa maging makinis at elastic. Ilagay ang kuwarta sa isang mangkok na may mantika, takpan ito ng malinis na tuwalya sa kusina, at hayaan itong tumaas sa isang mainit na lugar para sa mga 1-2 oras o hanggang sa ito ay dumoble ang laki.

d) Habang tumataas ang masa, gawin ang pagpuno ng mango mousseline. Sa isang kasirola, pagsamahin ang mango puree, asukal, cornstarch, at egg yolks. Magluto sa katamtamang init, patuloy na pagpapakilos hanggang sa lumapot ang timpla.

e) Alisin ang pinaghalong mangga mula sa init at ihalo ang mantikilya at vanilla extract hanggang makinis. Hayaang lumamig.

f) Kapag ang kuwarta ay tumaas, suntukin ito at hatiin ito sa 8 pantay na bahagi. Pagulungin ang bawat bahagi sa isang bola.

g) Pagulungin ang bawat bola ng kuwarta sa isang hugis-itlog na hugis. Maglagay ng isang kutsarang puno ng mango mousseline filling sa gitna ng kuwarta.

h) Tiklupin ang kuwarta sa ibabaw ng pagpuno upang bumuo ng cruffin, tinatakan ang mga gilid.

i) Ilagay ang mga cruffin sa muffin tin o sa isang baking sheet na nilagyan ng parchment paper. Takpan ang mga ito at hayaang tumaas ng isa pang 30 minuto.

j) Painitin muna ang iyong oven sa 375°F (190°C).

k) I-bake ang cruffins ng mga 20-25 minuto o hanggang sa maging golden brown ang mga ito at maluto.

l) Kapag tapos na ang cruffins, alisin ang mga ito sa oven at hayaang lumamig ng ilang minuto. Alikabok ng may pulbos na asukal.

SPICY CRUFFINS

12. Cinnamon, Fruit, at Almond Cruffins

MGA INGREDIENTS:
- 100g pinalambot na unsalted na mantikilya, kasama ang dagdag para sa pagpapadulas
- 100g icing sugar
- 1 malaking free-range na itlog, pinalo
- 100 g ng mga almond sa lupa
- 25g plain flour, dagdag pa para sa pag-aalis ng alikabok
- 2 x 350g tubes na sariwang croissant dough
- 200g pinatuyong mga aprikot, tinadtad
- 100 g mga pasas
- 1 kutsarita ng giniling na kanela
- 150g aprikot jam
- 1 kutsarang icing sugar para sa pag-aalis ng alikabok

MGA TAGUBILIN:

a) Painitin muna ang iyong oven sa 180°C/160°C fan/gas 4. Bahagyang lagyan ng mantikilya ang isang 12-hole na muffin tin.

b) Para sa frangipane, talunin ang pinalambot na mantikilya at icing sugar nang magkasama sa isang mangkok ng paghahalo hanggang sa maging maputla at mag-atas ang timpla. Dahan-dahang talunin ang itlog, pagkatapos ay tiklupin sa giniling na mga almendras at plain flour. Itabi ang halo na ito.

c) Buksan ang dalawang tubes ng croissant dough at i-unroll ang mga ito sa isang bahagyang floured surface. Huwag pansinin ang mga diagonal na linya at gupitin ang bawat strip ng kuwarta kasama ang pahalang na butas-butas na mga linya upang lumikha ng tatlong parihaba mula sa bawat piraso ng croissant dough (anim na parihaba sa kabuuan).

d) Hatiin ang frangipane nang pantay-pantay sa mga piraso ng kuwarta at ikalat ito, na nag-iiwan ng 1cm na hangganan sa paligid ng mga gilid. Budburan ang pinatuyong prutas at bahagyang alikabok ng ground cinnamon.

e) Kumuha ng isang parihaba ng kuwarta at, simula sa isang mahabang gilid, mahigpit na igulong ito tulad ng isang Swiss roll. Gupitin ang bawat roll ng kuwarta nang pahaba sa kalahati, ilagay ang bawat cut-side sa ibabaw ng trabaho. Igulong ang isang dulo pataas sa hugis-rosas na spiral, pinapanatili itong hiwa sa gilid, pagkatapos ay ilagay ito sa isang butas sa muffin tin. Ulitin ang prosesong ito sa natitirang kuwarta, at pagkatapos ay i-brush ang cruffins na may apricot jam.

f) Maghurno para sa 17-20 minuto hanggang sa ang mga cruffin ay sagana na ginintuang at puffed. Kung masyadong mabilis ang browning nila, takpan ito nang maluwag ng double sheet ng non-stick baking paper.

g) Hayaang lumamig nang bahagya ang cruffins sa wire rack. I-brush ang mga ito ng kaunti pang apricot jam at ihain nang mainit.

13. Heavenly Ceylon Cinnamon Cruffin

MGA INGREDIENTS:
PARA SA DOUGH:
- 1 kg na spelling na harina (mga 8⅓ tasa), halo-halong organiko (tingnan ang mga tala)
- 15g dry yeast
- 230ml yogurt (mga 1 tasa) o buttermilk (temperatura ng kuwarto)
- 500ml na gatas (mga 2.11 tasa)
- 170g ng asukal sa tubo (mga 6 na onsa)
- 150ml browned butter (itabi ang 6-8 kutsara)
- 1 malaking itlog at isang pula ng itlog (panatilihin at gamitin ang puti ng itlog para sa paghugas ng itlog)
- 1 kutsarang lemon zest
- ½ kutsarita ng asin
- 1 kutsarita ng vanilla powder

PARA SA PAGPUPUNO:
- 100g cane sugar (mga ½ tasa), kasama ang 4 na kutsarang dagdag para ihalo sa mantikilya at banilya
- 6 na kutsarang browned butter (mga 3 onsa)
- 2 kutsarang cinnamon powder (Ceylon organic, the best)
- 2 kutsarang icing sugar (powdered sugar para sa pag-aalis ng alikabok)

MGA TAGUBILIN:
a) Maghanda ng isang bilog na maluwag sa ilalim na lata (18-20cm - 8-10 pulgada) sa pamamagitan ng pag-greasing at paglalagay ng parchment paper sa ilalim.

b) Kumuha ng isang tasa o isang mug at ilagay ang lebadura sa loob nito na may ¼ tasa ng maligamgam na tubig at isang kutsarang asukal. Haluing mabuti hanggang sa matunaw ang asukal at lebadura. Itabi ito sa loob ng 10-15 minuto hanggang sa magsimula itong mabula.

c) Ilagay ang nabaybay na harina sa isang mas malaking mangkok na salamin (pagsasala ito ay opsyonal) at gumawa ng isang balon sa gitna. Ibuhos ang lebadura ng asukal at pinaghalong tubig sa balon. Idagdag ang natitirang sangkap maliban sa browned sugar.

d) Dahan-dahang masahin ang kuwarta, at pagkatapos ng 10-12 minutong pagmamasa, idagdag ang browned o tinunaw na mantikilya habang patuloy na masigla ang pagmamasa ng kuwarta. Maaari kang gumamit ng free-standing mixer tulad ng Kitchen Aid para sa hakbang na ito.

e) Bumuo ng bola gamit ang masa, ilagay ito sa isang mangkok na salamin, at takpan ito ng cling film o isang malinis na tuwalya sa kusina. Ilagay ito sa isang mainit na sulok ng kusina, mas mabuti sa isang maaraw, para mapatunayan ang kuwarta.

f) Pahintulutan itong patunayan nang hindi bababa sa isang oras sa mainit na kusina, o dalawang oras kung mas malamig ang iyong kusina.

g) Kapag ang kuwarta ay tumaas, hatiin ito sa dalawang pantay na bahagi. Itabi ang isang bahagi. Igulong ang isang bahagi sa isang manipis na sheet gamit ang isang rolling pin.

h) Ipahid nang pantay-pantay ang kalahati ng browned butter sa ibabaw ng dough sheet, iwiwisik ang cinnamon powder, at kalahati ng cane sugar (50g), at igulong ito nang mahigpit hangga't maaari.

i) Gupitin ang cruffin roll sa dalawa, na iniiwan ang panimulang dulo na hindi pinutol. Simulan ang paggulong nito mula sa isang dulo at tapusin sa kabilang dulo.

j) Ilagay ang unang cruffin roll sa inihandang lata. Pagwiwisik ng ilang toasted walnut nang paulit-ulit, kung gusto mo.

k) Ulitin ang parehong proseso sa ikalawang bahagi ng kuwarta, gawin itong pangalawang roll, at ilagay ito sa unang roll.

l) Pahintulutan itong magpahinga at patunayan muli nang hindi bababa sa 40 minuto, depende sa init ng iyong kusina. Hayaang magpahinga hanggang sa halos dumoble ang laki nito. Hugasan ang itlog bago ilagay ito sa oven, at budburan pa ng mga walnut kung gusto mo.

m) Painitin muna ang oven sa loob ng 20 minuto bago ilagay ang cruffin sa oven. Ang oven ay dapat na medyo mainit kapag ang cruffin ay pumasok para sa pagluluto.

n) Maghurno ng 5-7 minuto sa 200°C/400°F, pagkatapos ay ibaba ang temperatura sa 180°C/350°F at maghurno ng humigit-kumulang 40 minuto. Gawin ang toothpick test, at kung ito ay lumabas na malinis, ang iyong cruffin ay handa na. Dapat itong maitim na kayumanggi.

o) Alisin ito sa oven, alisin ito mula sa lata halos kaagad, at ilagay ito sa isang cooling rack. Alikabok ito ng icing sugar at ihain. Masiyahan sa iyong Heavenly Cruffin!

14. Mga Flaky Gluten-Free Cinnamon Cruffins

MGA INGREDIENTS:
HALONG LEBAB:
- 2 ½ kutsarita ng aktibong dry yeast (o isang pakete)
- 1 kutsarang asukal
- 1 tasang gatas

ROLLS:
- 3 tasang gluten-free na timpla ng harina
- ½ tasang asukal
- 6 na kutsarang unsalted butter (frozen)
- ¼ kutsarita ng asin
- 1 kutsarita purong vanilla extract

CINNAMON SUGAR LAYER:
- ½ tasa ng asukal sa tubo
- 2 kutsarita ng giniling na kanela
- 3 kutsarang unsalted butter (tinunaw)

SUGAR MIX PARA SA ROLLING BAKED CRUFFINS SA:
- ¼ tasa ng asukal
- ½ kutsarita ng kanela

MGA TAGUBILIN:
HALONG LEBAB:
a) Painitin ang gatas sa 110º F sa microwave. Magdagdag ng isang kutsara ng asukal at ang aktibong dry yeast. Hayaang umupo ang pinaghalong 5 minuto hanggang sa ito ay mabula. Painitin muna ang oven sa 200º F at pagkatapos ay patayin ito.

Cruffins:
b) Idagdag ang harina, asukal, at asin sa isang malaking mangkok ng paghahalo at ihalo upang timpla.
c) Gumamit ng malaking cheese grater para lagyan ng rehas ang frozen butter sa pinaghalong harina. Haluin habang nagpapatuloy ka para mabalot ng harina ang mga hiwa ng mantikilya.
d) Ibuhos ang yeast mixture at vanilla extract sa mga tuyong sangkap. Haluing mabuti. Kung kailangan mong magdagdag ng dagdag na harina upang gawin ang kuwarta, gawin itong 1 kutsara sa bawat pagkakataon.
e) Alikabok ng harina ang silicone mat. Alisin ang kuwarta mula sa mangkok papunta sa banig. Alikabok ng harina ang tuktok ng kuwarta kung kinakailangan.

f) Gumamit ng rolling pin upang igulong ang kuwarta sa isang hugis-parihaba na hugis na may kapal na ¼ pulgada.

g) Matunaw ang mantikilya sa isang mangkok sa loob ng 20 segundo sa microwave. Paghaluin ang asukal at giniling na kanela sa isang maliit na mangkok.

h) Gumamit ng pastry brush upang ikalat ang tinunaw na mantikilya sa kuwarta. Iwiwisik ang pinaghalong asukal at kanela sa mantikilya. Gumamit ng kutsilyo upang gupitin ang masa.

i) Maingat na igulong ang bawat strip ng kuwarta upang hindi tumagas ang pinaghalong asukal. Ilagay sa isang greased muffin pan. Takpan nang maluwag ang kawali gamit ang plastic wrap at ilagay ito sa mainit na oven upang tumaas sa loob ng 45 minuto.

j) Alisin ang mga cruffin mula sa oven at alisin ang plastic. Painitin muna ang oven sa 375º F. Dapat doble ang laki ng iyong cruffins.

k) Ipahid ang tinunaw na mantikilya sa ibabaw ng mga cruffin. Makakatulong ito sa kanila na maging ginintuang at bahagyang malutong sa labas.

l) Maghurno ng 25-30 minuto. Alisin mula sa oven at ilagay sa isang cooling rack.

m) Igulong ang cruffin sa isang mangkok ng cinnamon sugar habang mainit pa ito. Kung gusto mo ng mas maraming asukal na dumikit, maaari mo munang lagyan ng melted butter ang cruffin. Nakikita ko kapag mainit ang cruffin; madaling dumikit ang asukal.

15. Pumpkin Spice Cruffins

MGA INGREDIENTS:
PARA SA MGA CRUFFIN:
- 24 ounces Hawaiian crescent roll (3 tubes)
- Flour para sa rolling dough
- 1 tasang light brown sugar
- ½ tasang pumpkin puree
- ⅓ tasa ng tinunaw na mantikilya
- 1 kutsarang pumpkin pie spice
- 2 kutsarita ng kanela
- 1 kutsarita ng allspice
- ½ tasang tinadtad na pecan

PARA SA GLAZE:
- ½ tasang may pulbos na asukal
- 2 kutsarang gatas o kalahati at kalahati

INSTRUCTIONS:
a) Painitin muna ang oven sa 350 degrees at i-spray ang muffin pan cups ng non-stick spray. Magtabi muna.

b) Sa isang medium mixing bowl, pagsamahin ang pumpkin puree, tinunaw na mantikilya, ½ tasang brown sugar, pumpkin spice, cinnamon, at allspice. Haluin hanggang maihalo.

c) Bahagyang iwisik ang isang countertop o kahoy na cutting board na may harina. Buksan ang isang lata ng crescent roll dough at ilagay ito sa countertop. Pindutin ang mga tahi ng kuwarta nang magkasama.

d) Gumamit ng floured rolling pin upang bahagyang igulong ang kuwarta sa isang manipis na parihaba.

e) Ikalat ang ⅓ ng pumpkin puree mixture sa ibabaw ng crescent roll dough.

f) Paggawa mula sa mahabang gilid, igulong ang kuwarta upang lumikha ng isang log.

g) Gupitin ang pinagsamang log ng kuwarta sa kalahating crosswise, na nagbibigay sa iyo ng dalawang mas maikling log. Gupitin ang bawat isa sa mga maikling log nang pahaba sa kalahati, na lumilikha ng apat na kabuuang mahabang piraso ng kuwarta.

h) I-roll ang bawat strip gaya ng gagawin mo sa cinnamon roll, na nakalabas ang layered side.

i) Ilagay ang bawat roll sa isang sprayed muffin pan.

j) Ulitin sa dalawang natitirang pakete ng crescent roll dough. Magkakaroon ka ng 12 roll kapag natapos na.
k) Sa isang maliit na mangkok, pagsamahin ang natitirang brown sugar at tinadtad na pecan. Ipamahagi nang pantay-pantay ang timpla sa ibabaw ng cruffins.
l) Maghurno ng 18 hanggang 20 minuto o hanggang maluto.
m) Alisin mula sa oven at hayaang lumamig.
n) Sa isang maliit na mangkok, haluin ang powdered sugar at gatas.
o) Drizzle glaze sa ibabaw ng cruffins at ihain.

16. Air Fryer Cinnamon Cruffins

MGA INGREDIENTS:
- 2 lata Crescent Dough, pinalamig
- ¼ tasa unsalted butter, temperatura ng silid
- ½ tasa ng butil na asukal
- 2 kutsarang giniling na kanela

MGA TAGUBILIN:

a) I-spray ang maliliit na ramekin ng cooking spray o i-brush ang mga ito ng olive oil.

b) I-unroll ang isang lata ng crescent dough sheet. Sa isang maliit na mangkok, pagsamahin ang asukal at kanela, at haluing mabuti. Ikalat ang ilang kutsara ng pinaghalong pantay-pantay sa kuwarta.

c) I-unroll ang pangalawang dough sheet at dahan-dahang ilagay ito sa ibabaw ng cinnamon sugar. Gumamit ng matalim na kutsilyo o pamutol ng pizza upang gupitin ang kuwarta sa 10 pantay na piraso.

d) Simula sa isang dulo, igulong ang kuwarta sa isang cinnamon roll. Ilagay ang mga rolyo sa ramekin at ilagay ang ramekin sa air fryer.

e) Itakda ang air fryer sa temperatura ng pagluluto na 375 degrees F (190 degrees C) at itakda ang oras ng pagluluto sa loob ng 5-7 minuto. Tandaan na ang bawat air fryer ay bahagyang naiiba, kaya suriin ang mga rolyo sa loob ng 5 minuto. Baka gusto mong i-flip ang mga ito sa loob ng natitirang 2 minuto.

17. Black Sesame Cruffin

MGA INGREDIENTS:

PARA SA CRUFFIN DOUGH:
- 2 ¼ tasa ng all-purpose na harina
- ¼ tasa ng butil na asukal
- 1 pakete (2 ¼ kutsarita) aktibong dry yeast
- ½ kutsarita ng asin
- ½ tasa ng mainit na gatas (110°F o 43°C)
- ¼ tasa unsalted butter, pinalambot
- 2 malalaking itlog

PARA SA BLACK SESAME FILLING:
- ½ tasa ng ground black sesame seeds
- ¼ tasa ng butil na asukal
- 2-3 kutsarang unsalted butter, pinalambot

PARA SA TOPPING:
- Black sesame seeds (para sa pagwiwisik)
- Powdered sugar (para sa pag-aalis ng alikabok)

MGA TAGUBILIN:

a) Sa isang maliit na mangkok, pagsamahin ang mainit na gatas at lebadura. Hayaang umupo ito ng mga 5-10 minuto hanggang sa maging mabula.

b) Sa isang malaking mangkok ng paghahalo, haluin ang harina, butil na asukal, at asin.

c) Idagdag ang pinaghalong lebadura, pinalambot na mantikilya, at mga itlog sa mga tuyong sangkap. Haluin hanggang mabuo ang isang masa.

d) Masahin ang kuwarta ng mga 5 minuto hanggang sa maging makinis at elastic. Kung ito ay masyadong malagkit, maaari kang magdagdag ng kaunti pang harina.

e) Ilagay ang kuwarta sa isang mangkok na bahagyang may mantika, takpan ito ng basang tela, at hayaang tumaas ito sa isang mainit na lugar nang mga 1-2 oras o hanggang sa dumoble ang laki nito.

f) Kapag ang kuwarta ay tumaas, suntukin ito at i-out ito sa ibabaw ng floured.

g) Pagulungin ang kuwarta sa isang malaki

h) Kapag na-roll out mo na ang kuwarta sa isang parihaba at hiniwa ito sa mga piraso, oras na upang ihanda ang black sesame filling.

i) Sa isang mangkok, paghaluin ang giniling na black sesame seeds at asukal hanggang sa maayos na pagsamahin.

j) Pagulungin ang bawat piraso ng kuwarta sa isang maliit na parihaba o hugis-itlog na hugis.
k) Ikalat ang isang masaganang halaga ng pinalambot na mantikilya sa bawat piraso, na nag-iiwan ng maliit na hangganan sa paligid ng mga gilid.
l) Iwiwisik nang pantay-pantay ang black sesame at sugar mixture sa mantikilya.
m) I-roll up ang bawat piraso ng kuwarta, simula sa isa sa mga mahabang gilid, upang lumikha ng hugis ng log.
n) Ilagay ang napunong cruffins sa isang muffin tin, gupitin sa gilid.
o) Takpan ang muffin tin na may mamasa-masa na tela at hayaang tumaas ang cruffins para sa isa pang 30-45 minuto.
p) Painitin muna ang iyong oven sa 375°F (190°C).
q) Ihurno ang mga cruffin sa preheated oven sa loob ng 20-25 minuto o hanggang sa maging golden brown ang mga ito at maluto.
r) Alisin ang mga cruffin mula sa oven at hayaang lumamig sa muffin tin sa loob ng ilang minuto.
s) Kapag bahagyang lumamig, ilipat ang mga cruffin sa isang wire rack upang ganap na lumamig.
t) Budburan ang mga tuktok ng pinalamig na cruffin na may karagdagang itim na linga at alikabok na may pulbos na asukal.

CAFFEINATED CRUFFINS

18. Chai-Spiced Cruffins

MGA INGREDIENTS:
PARA SA BUTTER BLOCK:
- 2 sticks malamig unsalted butter, cubed

PARA SA BRIOCHE DOUGH:
- 2 ¾ tasang all-purpose na harina
- 3 kutsarang asukal
- 1 ½ kutsarita ng kosher na asin
- 1 kutsarang instant yeast
- 3 malalaking itlog, pinalo
- ¼ tasa ng gatas, sa temperatura ng kuwarto
- 10 kutsarang mantikilya, hiniwa sa 10 piraso, sa temperatura ng silid

PARA SA CHAI SPICED SUGAR:
- 1 tasang asukal
- 1 kutsarang giniling na kanela
- 1 kutsarang giniling na luya
- 1 kutsarang ground cardamom
- 1 kutsarita na giniling na mga clove
- 1 kutsarita ng ground nutmeg
- 1 kutsarita ng ground allspice
- 1 kutsarita ng ground black pepper

PARA SA EGG WASH:
- 1 itlog, pinalo ng 1 kutsarita ng tubig

MGA TAGUBILIN:
PARA SA BUTTER BLOCK:
a) Hayaang umupo ang mantikilya sa temperatura ng silid nang mga 5 minuto.

b) Maghanda ng parchment paper packet para hubugin ang butter block. Gupitin ang isang piraso ng parchment paper sa 15" x 18" at itupi ito sa kalahati hanggang 15" x 9".

c) Sukatin ang 4" mula sa itaas at ibabang mga gilid, pagkatapos ay tiklupin kasama ang mga marka upang lumikha ng 7" x 9" na pakete. Panghuli, sukatin ang 2" mula sa bukas na gilid at tiklupin kasama ang marka upang makagawa ng 7" x 7" na pakete. Itabi ito.

d) Sa isang stand mixer na nilagyan ng paddle attachment, talunin ang mantikilya sa mababang bilis hanggang sa ito ay maging malambot, malambot, at makinis (nang walang kasamang hangin), na dapat tumagal ng 1-2 minuto.

e) Buksan ang packet ng parchment paper at ilagay ang mantikilya sa isa sa 7" x 7" na mga parisukat. Tiklupin ang parchment paper kasama ang orihinal na mga creases upang ilakip ang mantikilya. Gamitin ang iyong mga daliri o rolling pin para pantay na ipamahagi ang mantikilya sa packet, na ginagawa itong perpektong 7" x 7" na parisukat. Palamigin ang bloke ng mantikilya habang inihahanda mo ang kuwarta.

PARA SA BRIOCHE DOUGH:
f) Sa mangkok ng isang stand mixer na nilagyan ng dough hook, idagdag ang mga tuyong sangkap at sandali ihalo sa pamamagitan ng kamay upang pagsamahin. Idagdag ang pinalo na itlog, gatas, at mga hiwa ng mantikilya sa temperatura ng silid. Haluin sa mababang bilis ng humigit-kumulang 1 minuto hanggang sa mabasa ang mga tuyong sangkap. Pagkatapos ay taasan ang bilis sa katamtaman at masahin hanggang ang masa ay makinis, makintab, at hindi na dumikit sa mangkok, na dapat tumagal ng 20-25 minuto.

g) Buuin ang kuwarta sa isang bola (ito ay magiging napakalambot), ilagay ito sa isang mangkok na bahagyang greased, takpan ito, at hayaan itong tumaas ng 1 oras. Palamigin ang kuwarta sa loob ng ilang oras o magdamag hanggang sa lumamig nang mabuti.

PARA I-LAMINATE ANG DOUGH:
h) Kunin ang bloke ng mantikilya sa refrigerator upang bahagyang lumambot. Kapag ito ay malamig ngunit malambot, igulong ang kuwarta sa isang bahagyang pinagawaan ng harina sa isang 7 ½" x 14 ½" na parihaba. Gumamit ng pastry brush upang alisin ang anumang labis na harina.

i) Ilagay ang bloke ng mantikilya sa kaliwang kalahati ng kuwarta, mag-iwan ng ½" na hangganan sa itaas, kaliwang bahagi, at ibaba. Pindutin ang mantikilya nang pantay-pantay sa pakete, tiyaking mapupuno nito ang mga sulok at gilid, na magiging perpektong 7" x 7" na parisukat. Palamigin sa loob ng 30 minuto.

j) Pagkatapos palamigin, igulong ang kuwarta sa isang 8" x 16" na parihaba, na ang mga mahahabang gilid ay kahanay sa gilid ng countertop. Tiklupin ang kanang bahagi sa ibabaw ng nilagyan ng mantikilya sa kaliwang bahagi, tiyaking nakahanay ang lahat ng gilid at magkasalubong ang mga sulok. Ito ay isang pagliko. Takpan ang kuwarta gamit ang plastic wrap at palamigin ng 30 minuto.

k) Ulitin ang prosesong ito ng dalawa pang beses (para sa kabuuang tatlong pagliko), na nagpapahintulot sa masa na magpahinga sa refrigerator nang hindi bababa sa 1 oras.

PAGHAHAGI AT PAGBABA:

l) Ihanda ang chai spiced sugar mixture sa pamamagitan ng pagsasama ng lahat ng spices sa asukal. Itabi ang ½ tasa ng halo na ito para sa ibang pagkakataon.

m) Igulong ang laminated dough sa isang 8" x 18" na parihaba. I-brush ang buong ibabaw gamit ang egg wash, mag-iwan ng ½" na gilid sa isang mahabang gilid nang walang egg wash.

n) Iwiwisik ang chai-spiced sugar mixture sa ibabaw ng egg-washed portion ng dough.

o) I-roll up ang kuwarta sa isang masikip na log, simula sa mahabang gilid na natatakpan ng asukal. Ilagay ang roll seam sa gilid pababa upang hindi ito mabuksan.

p) Gupitin ang 1 pulgada mula sa bawat dulo ng log at itapon ang mga trimmings. Hatiin ang log sa walong 2" na piraso.

q) Ilagay ang bawat piraso sa isang muffin pan, maluwag na takpan, at hayaan ang mga ito na patunayan sa loob ng 1 hanggang 1 ½ oras hanggang sa sila ay maging napakalaki, ngunit hindi kinakailangang doble ang laki.

r) Sa pagtatapos ng proofing, painitin muna ang iyong oven sa 400°F (200°C).

s) Dahan-dahang i-brush ang mga tuktok at nakalantad na gilid ng cruffins gamit ang egg wash at maghurno ng 18-20 minuto, o hanggang sa maging golden brown ang mga ito at ang panloob na temperatura sa gitna ay 190°F (88°C).

t) Hayaang lumamig ng ilang minuto ang mga cruffin, pagkatapos ay maingat na alisin ang mga ito mula sa kawali at ihagis ang mga ito sa nakareserbang timpla ng spiced na asukal habang sila ay mainit pa.

u) Ilagay ang spiced chai cruffins sa isang rack para lumamig.

v) I-enjoy ang iyong homemade Chai-Spiced Cruffins – flaky croissant muffins na may masarap na chai spice twist!

19. Matcha Cruffins

MGA INGREDIENTS:
DOUGH:
- 1 sheet ng puff pastry, lasaw magdamag
- 1 kutsarita ng tinunaw na unsalted butter (kasama ang dagdag para sa pagpapadulas ng lata)
- 1 kutsara ng granulated cane sugar
- 2 kutsarita ng sifted matcha

COATING:
- 2 kutsara ng granulated cane sugar
- 1 kutsarita ng matcha

PAGPUPUNO:
- 1 batch ng Matcha Milk Jam

MGA TAGUBILIN:
a) Painitin muna ang iyong oven sa 375°F/191°C.
b) Pahiran ng bahagya ang 4 na muffin tin well ng tinunaw na mantikilya upang maihanda ang mga ito.
c) Dahan-dahang i-unroll ang puff pastry, panatilihin ito sa parchment paper na kasama nito.
d) Gumamit ng pastry brush para ilapat ang tinunaw na mantikilya nang pantay-pantay sa puff pastry.
e) Budburan ng granulated sugar at sifted matcha sa puff pastry.
f) Simula sa isang dulo, i-roll up ang puff pastry (sa pagkakataong ito ay wala ang parchment paper).
g) Hatiin ang pinagsama-samang log sa kalahati upang makakuha ng dalawang pantay na rolyo. Pagkatapos, gamit ang isang pastry wheel cutter, hiwain ang bawat roll nang pahaba upang ipakita ang pinagsamang asukal at matcha.
h) I-coil ang bawat roll, katulad ng isang snail, at ilagay ito sa isang muffin tin well.
i) Ulitin ang proseso sa natitirang mga rolyo.
j) Maghurno sa 375°F/191°C sa loob ng 45-50 minuto, o hanggang sa ganap na maluto.
k) Kapag lumabas na sa oven, balutin nang mabuti ang bawat cruffin ng matcha sugar.
l) Hayaang lumamig nang lubusan ang mga ito bago gumawa ng butas sa itaas at ipasok ang 1 kutsara ng Matcha Milk Jam.
m) Ihain kaagad.

20. Earl Grey at fig cruffins

MGA INGREDIENTS:
- 3⅓ tasa ng plain na tinapay o harina ng panadero, dagdag pa para sa pag-aalis ng alikabok
- 2 kutsarita ng instant dry yeast
- 1 kutsarita ng asin
- 14 ounces pinalamig na mantikilya, gupitin sa ½ piraso
- 5 onsa ng tubig na yelo
- 5 ounces malamig na full cream (buong) gatas
- 1 Earl Grey na tea bag
- 2¾ ounces tuyong igos, hiniwa
- ¼ tasang sultanas (gintong pasas)
- ¼ tasang pasas
- ⅓ cup slivered pistachios o almonds, dagdag pa para sa dekorasyon

MGA TAGUBILIN:
PARA SA ROUGH PUFF PASTRY:
a) Sa isang malaking mangkok, paghaluin ang harina, lebadura, at asin.
b) Idagdag ang mga piraso ng pinalamig na mantikilya, pahiran ang mga ito ng harina.
c) Ibuhos sa may yelong tubig at malamig na gatas at bumuo ng magaspang na masa nang hindi mamasa.
d) Pindutin ang kuwarta sa isang parisukat, pagkatapos ay igulong ito sa isang mas malaking parihaba, na pinananatiling buo ang mga bukol ng mantikilya.
e) Tiklupin ang kuwarta sa pangatlo (tulad ng pagtitiklop ng isang letra), pagkatapos ay i-rotate ito ng 90 degrees at ulitin ang proseso ng rolling at folding, gamit ang dagdag na harina kung kinakailangan.
f) Palamigin ang kuwarta ng tatlong beses, at dapat itong maging makinis, at nababanat, at magpakita ng mga pinong layer ng mantikilya kapag pinutol.

PAGHAHANDA NG CRUFFINS:
g) Magpahid ng 12-hole muffin tin (80 ml na kapasidad).
h) Ibabad ang tea bag at pinatuyong prutas sa kumukulong tubig sa loob ng 30 minuto, hinahalo paminsan-minsan. Alisan ng tubig, ireserba ang likido at prutas nang hiwalay.
i) Hatiin ang pastry dough sa kalahati at igulong ang kalahati sa 30 cm x 40 cm na parihaba.

j) Ikalat ang kalahati ng ibinabad na prutas at mani sa pastry, pagkatapos ay igulong ito sa isang masikip na scroll.

k) Gupitin ang scroll sa kalahating pahaba at pagkatapos ay sa tatlong bahagi. Ito ang bubuo ng cruffins.

l) Hugis ang bawat bahagi sa parang pugad at ilagay ang mga ito sa muffin tin.

m) Ulitin ang proseso sa natitirang kuwarta, prutas, at mani. Hayaang tumaas ang mga ito sa loob ng 45–60 minuto.

n) Painitin muna ang oven sa 200°C/400°F (pinipilit na fan).

o) Maghurno sa loob ng 15–18 minuto hanggang ang mga cruffin ay maging ginintuang at patumpik-tumpik.

p) Magsipilyo gamit ang nakareserbang Earl Grey syrup, budburan ng dagdag na mani, at ihain nang mainit.

HERBY CRUFFINS

21. Chocolate Peppermint Cruffin

MGA INGREDIENTS:
CHOCOLATE PEPPERMINT FILLING:
- ½ tasa (1 stick / 113 g) unsalted butter
- ¾ tasa (94 g) asukal sa mga confectioner
- 3 kutsarang regular na unsweetened cocoa powder
- ⅓ tasa (61 g) semi-sweet chocolate chips
- ¼ kutsarita ng peppermint extract
- ¼ kutsarita ng kosher na asin

DOUGH:
- 3 tubes (8 ounces bawat isa) pinalamig na crescent roll sheet

TOPPING:
- ¼ tasa (50 g) granulated sugar
- ½ kutsarita regular na unsweetened cocoa powder

MGA TAGUBILIN:
CHOCOLATE PEPPERMINT FILLING:
a) Sa isang katamtamang kasirola sa katamtamang init, pagsamahin ang mantikilya, asukal sa mga confectioner, cocoa, tsokolate, peppermint extract, at asin. Painitin hanggang matunaw.
b) Itabi upang bahagyang lumamig ngunit maaari pa ring kumakalat.

CRUFFINS:
c) Painitin muna ang oven sa 350°F. Bahagyang spray ang karaniwang 12-cup muffin tin na may nonstick cooking spray. Itabi.
d) Gumagawa sa ibabaw ng trabahong may bahagyang floured, igulong ang bawat tubo ng kuwarta sa isang 12x16-pulgadang parihaba. (Kung gumagamit ka ng perforated crescent roll dough, siguraduhing kurutin ang mga tahi upang maselyo.)
e) Ikalat ang tungkol sa ⅓ ng chocolate peppermint butter sa tuktok ng isang sheet ng kuwarta.
f) Simula sa mahabang dulo ng dough sheet, mahigpit na igulong ito sa isang log. (Tingnan ang mga larawan sa itaas para sa sunud-sunod na gabay.)
g) Gupitin ang log sa kalahati, na lumilikha ng dalawang mas maiikling log.
h) Gupitin ang bawat isa sa mga mas maiikling log sa kalahating pahaba, na nagbibigay sa iyo ng apat na seksyon ng kuwarta.
i) Ulitin sa natitirang dalawang sheet ng kuwarta, na nagreresulta sa 12 seksyon ng kuwarta.

j) Paggawa gamit ang isang seksyon ng kuwarta nang paisa-isa, igulong ito nang mahigpit sa isang hugis ng cinnamon roll, idikit sa dulong piraso ng kuwarta.
k) Ilagay ang bawat rolled section sa inihandang muffin tin. Ulitin sa natitirang 11 mga seksyon.
l) Maghurno para sa 18-20 minuto o hanggang sa ginintuang kayumanggi.
TOPPING:
m) Sa isang maliit na mangkok, haluin ang granulated sugar at cocoa powder.
n) Alisin ang mga rolyo mula sa oven. Agad na igulong ang bawat cruffin sa pinaghalong asukal at kakaw.

22. Mga Garlic Parmesan Herb Cruffins

MGA INGREDIENTS:
- 3 (8-onsa) na tubo ng crescent roll dough
- ¾ tasa ng pinalambot na mantikilya
- 4 na tinadtad na sibuyas ng bawang
- ¼ tasa ng pinong tinadtad na sariwang perehil
- ¾ tasa gadgad na parmesan cheese
- ½ kutsarita ng kosher na asin

MGA TAGUBILIN:
a) Painitin muna ang iyong oven sa 350°F.
b) Bahagyang grasa ang isang 12-cup muffin pan na may non-stick cooking spray at itabi ito.
c) Sa isang maliit na mangkok ng paghahalo, pagsamahin ang pinalambot na mantikilya, tinadtad na bawang, tinadtad na sariwang perehil, at asin. Magtabi ng ¼ tasa ng halo na ito para sa pagsisipilyo sa ibabaw ng cruffins.
d) Igulong ang bawat sheet ng crescent roll dough gamit ang rolling pin upang lumikha ng tatlong mas malalaking parihaba na bahagyang mas malaki kaysa sa orihinal at pinaghalo ang mga butas-butas na linya.
e) Ikalat ang isang manipis na layer ng butter mixture sa bawat crescent roll sheet.
f) Budburan ang humigit-kumulang 3 kutsara ng grated parmesan cheese sa bawat sheet.
g) I-roll up ang kuwarta sa isang log, simula sa mahabang dulo ng parihaba. Pagkatapos ay gupitin ang kuwarta sa kalahati, na lumilikha ng dalawang mas maiikling log.
h) Hatiin ang bawat isa sa mga log na ito sa kalahating pahaba. Ulitin ang prosesong ito sa natitirang dalawang sheet, na nagreresulta sa 12 piraso.
i) Kunin ang bawat piraso at balutin ito sa iyong daliri upang bumuo ng hugis ng muffin, na tinitiyak na nakaharap ang layered na gilid.
j) Ilagay ang bawat pinagsamang piraso sa greased muffin pan.
k) Matunaw ang reserved butter mixture at i-brush ito sa ibabaw ng cruffins. Budburan ang natitirang grated parmesan sa itaas.
l) Maghurno ng humigit-kumulang 20-25 minuto, paikutin ang kawali sa kalahati ng oras ng pagluluto, hanggang ang mga cruffin ay maganda ang ginintuang kayumanggi.
m) Alisin ang mga cruffin mula sa oven at ilipat ang mga ito sa isang cooling rack.

23. Malasang Pesto Cruffins

MGA INGREDIENTS:
- 2 lata ng croissant roll
- 4 na kutsara ng herb pesto
- 1 kutsara ng Italian seasoning
- ¼ tasa ng harina para sa rolling

MGA TAGUBILIN:

a) Painitin muna ang iyong oven sa 350 degrees F.

b) Buksan ang parehong mga lata ng croissant at igulong ang mga ito sa ibabaw ng harina, na tinitiyak na hindi na makikita ang mga butas.

c) Ikalat ang herb pesto nang pantay-pantay sa isang layer ng croissant dough.

d) Ilagay ang pangalawang layer ng croissant dough sa itaas.

e) Hiwain ang kuwarta sa mahabang piraso at pagkatapos ay igulong ang bawat strip, katulad ng paggawa ng mga cinnamon roll.

f) Budburan ng kaunting Italian seasoning sa ibabaw ng bawat roll.

g) Ilagay ang bawat rolled cruffin sa isang inihandang muffin tin, at maaari mong gamitin ang cooking spray upang maiwasan ang pagdikit.

h) Maghurno ng humigit-kumulang 20 minuto o hanggang ang mga cruffin ay maging isang magandang ginintuang kayumanggi.

i) Alisin ang mga ito mula sa oven at hayaang lumamig nang bahagya bago ihain.

j) Tangkilikin ang mga nakakatuwang shortcut na ito ng Savory Pesto Cruffins!

24. Asiago Cheese At Italian Herbs Cruffin

MGA INGREDIENTS:
PARA SA CRUFFIN DOUGH:
- 1 sheet puff pastry (natunaw)
- 2 kutsarang unsalted butter (natunaw)
- ¼ tasa ng ginutay-gutay na keso ng Asiago

PARA SA ITALIAN HERB FILLING:
- 2 kutsarang pinatuyong Italian herb seasoning
- ¼ tasa gadgad na Parmesan cheese

MGA TAGUBILIN:
Ihanda ang HERB FILLING:
a) Sa isang maliit na mangkok, pagsamahin ang pinatuyong Italian herb seasoning at grated Parmesan cheese. Itabi ito.

MAGTITIPON ANG MGA CRUFFIN:
b) Painitin muna ang iyong oven sa 375°F (190°C) at lagyan ng mantika ang muffin tin.

c) Igulong ang natunaw na puff pastry sheet sa isang parihaba at i-brush ito ng tinunaw na mantikilya.

d) Iwiwisik ang Asiago cheese nang pantay-pantay sa buong pastry sheet.

e) Simula sa isang dulo, igulong ang pastry sheet sa isang log, katulad ng isang cinnamon roll.

f) Gupitin ang log sa 6 pantay na piraso.

g) Ilagay ang bawat piraso sa greased muffin tin, na nakaharap ang spiral side.

I-BAKE ANG CRUFFINS:
h) Ihurno ang mga cruffin sa preheated oven sa loob ng mga 20 minuto o hanggang sila ay maging golden brown at puffed up.

i) Alisin sa oven at hayaang lumamig sa muffin tin sa loob ng ilang minuto bago ilipat ang mga ito sa wire rack upang ganap na lumamig.

PUNUAN NG HERB MIXTURE:
j) Kapag ang mga cruffin ay ganap na pinalamig, gumamit ng isang maliit na kutsilyo upang lumikha ng isang maliit na lukab sa gitna ng bawat cruffin. Mag-ingat na huwag maputol ang lahat ng paraan.

k) Punan ang bawat lukab ng Italian herb at Parmesan cheese mixture.

l) Ihain ang iyong Asiago Cheese at Italian Herbs Cruffins bilang masarap at patumpik-tumpik na pagkain na perpekto para sa almusal o bilang pampagana.

NUTTY CRUFFINS

25. Peanut butter at Jam Cruffins

MGA INGREDIENTS:
PARA SA RASPBERRY-CHIA SEED JAM:
- 1 ½ tasa raspberry (frozen o sariwa)
- 1 kutsarang maple syrup
- ½ kutsarita vanilla extract
- 1 ½ kutsarang chia seeds

PARA SA MGA CRUFFIN:
- 400 g puff pastry
- 4 na kutsarang peanut butter
- Raspberry-Chia Seed Jam (inihanda tulad ng nasa itaas)

MGA TAGUBILIN:
PARA SA RASPBERRY-CHIA SEED JAM:
a) Sa isang maliit na kasirola, pagsamahin ang mga raspberry, maple syrup, at vanilla extract.

b) Lutuin hanggang masira ang mga raspberry at maging syrupy ang timpla, na dapat tumagal ng mga 5-10 minuto.

c) I-mash ang mga raspberry sa iyong nais na pagkakapare-pareho, iwanan ang mga ito bilang makinis o bukol hangga't gusto mo.

d) Alisin sa init, ihalo ang chia seeds, at hayaang tumayo ang jam hanggang sa lumapot.

e) Kapag ito ay lumamig sa temperatura ng silid, maaari mo itong gamitin para sa mga cruffin.

PARA SA MGA CRUFFIN:
f) Painitin muna ang oven sa 180°C.

g) Igulong ang puff pastry nang pahaba. Dapat itong payat ngunit hindi nakikita.

h) Ikalat ang peanut butter sa sheet ng pastry, bilang manipis hangga't maaari.

i) Ikalat ang raspberry-chia seed jam sa layer ng peanut butter.

j) Paggawa mula sa mahabang gilid, maingat na igulong ito nang mahigpit hangga't maaari.

k) Hatiin ang roll nang pahaba sa kalahati. Kung malaki ang iyong puff pastry, maaari mong gupitin ang bawat strip sa 3 pantay na piraso ng layered dough.

l) I-roll up ang bawat piraso tulad ng isang snail at ilagay ang mga ito sa isang muffin lata.

m) Brush ang tuktok na may egg wash at maghurno para sa 40-50 minuto hanggang sa sila ay napakalalim na ginintuang kayumanggi. Huwag mag-alala kung sila ay nag-overcook; sila ay dapat na bahagyang overdone at magaspang kaysa sa pagkakaroon ng isang doughy center.

n) Hayaang lumamig ang mga cruffin sa loob ng 10 minuto, pagkatapos ay igulong ang bawat cruffin sa cinnamon-sugar.

26. Peanut Butter Chocolate Chip Cruffins

MGA INGREDIENTS:
- 2 lata ng crescent roll dough
- 1 kutsarang unsalted butter
- ¼ tasa ng creamy peanut butter
- ⅓ tasa ng chocolate chips
- 2-3 tablespoons ng harina para sa rolling
- 2 kutsarang powdered sugar (opsyonal)

MGA TAGUBILIN:

a) Painitin muna ang oven sa 350°F (175°C). Pagwilig ng muffin lata na may non-stick cooking spray.

b) Buksan ang parehong mga lata ng crescent roll dough at igulong ang mga ito sa ibabaw ng floured. Pindutin ang mga butas upang lumikha ng dalawang malalaking sheet.

c) Sa isang maliit na mangkok, i-microwave ang butter at peanut butter. Haluin sila.

d) Ikalat ang isang maliit na halaga ng tinunaw na butter/peanut butter sa isang layer ng croissant dough. Budburan ang kalahati ng chocolate chips sa ibabaw nito.

e) Itaas ang pangalawang layer ng croissant dough pagkatapos ay ikalat ang mas maraming peanut butter at iwiwisik ang natitirang chocolate chips.

f) Igulong ang kuwarta, katulad ng cinnamon roll, pagkatapos ay hatiin ito sa 9 na piraso.

g) Ilagay ang bawat roll sa inihandang muffin tin.

h) Maghurno ng humigit-kumulang 20 minuto o hanggang sa maging golden brown ang cruffins.

i) Alisin at hayaang lumamig nang bahagya bago ihain.

j) Alikabok ng may pulbos na asukal, kung ninanais.

27. Hazelnut Chocolate Cruffins

MGA INGREDIENTS:
- 1 lata ng croissant dough
- 6 tablespoons malusog na tsokolate spread
- 3 kutsarang hazelnuts (pinong tinadtad)

MGA TAGUBILIN:

a) Igulong ang croissant dough. Panatilihing magkasama ang dalawang tatsulok upang makabuo ng isang parihaba. Gumamit ng rolling pin upang patagin ang mga ito.

b) Gupitin ang mga parihaba nang pahaba sa 6 na piraso. Gagamit ka ng 3 strips bawat cruffin.

c) Ikalat ang hazelnut chocolate spread sa dalawa sa mga piraso, na iniiwan ang ilalim na 2 sentimetro na walang laman.

d) Ilagay ang isang natatakpan na strip sa ibabaw ng isa, ngunit humigit-kumulang 1.5 sentimetro ang mas mababa.

e) Ilagay ang walang laman na strip sa ibabaw ng iba pang dalawa, mas mababa din ng 1.5 sentimetro.

f) Budburan ang isang kutsarita ng tinadtad na mga hazelnut sa tuktok ng mga piraso.

g) Magsimulang gumulong sa itaas at igulong ito pababa. Ikabit ang mga dulo sa ilalim.

h) Painitin muna ang oven sa 200°C. Grasa ang isang popover-lata at ilagay ang mga rolyo sa mga lata. Kung wala kang popover-tin, maaari ka ring gumamit ng muffin tin, ngunit ang mga cruffin ay lalabas nang mas flat.

i) Ilagay ang Cruffins sa oven at maghurno ng 10 minuto. Ibaba ang temperatura ng oven sa 180°C at maghurno ng 20 minuto. Suriin pagkatapos ng 15 minuto upang makita kung kamusta sila.

CHOCOLATE CRUFFINS

28. Tiramisu Cruffins

MGA INGREDIENTS:
PARA SA DOUGH:
- 2 kutsarita ng tuyo na lebadura
- 150ml maligamgam na tubig
- 150ml malamig na tubig
- 2 kutsarita ng lemon juice
- 450g plain na harina
- 50g raw caster sugar
- 1 kutsarita ng pinong asin
- 280g unsalted butter, pinalamig at tinadtad sa maliliit na piraso
- ½ tasa plain flour (dagdag)

Pagpupuno ng tsokolate:
- 75g mantikilya, pinalambot
- 3 kutsarang pulbos ng kakaw
- 100g dark brown sugar
- 50g golden syrup, dahan-dahang pinainit

COFFEE MASCARPONE CREAM:
- 250g mascarpone
- 1 kutsarita ng vanilla essence
- 4 tbs purong icing sugar, sinala
- 2 kutsarita instant coffee granules

MGA TAGUBILIN:

a) Upang gawin ang kuwarta, sa isang maliit na mangkok, idagdag ang lebadura sa maligamgam na tubig at pukawin hanggang sa matunaw.

b) Sa isa pang maliit na mangkok, idagdag ang lemon juice sa malamig na tubig.

c) Sa isang malaking mangkok, paghaluin ang harina, hilaw na caster sugar, at asin. Ihagis ang mga cube ng pinalamig na mantikilya. Idagdag ang yeast water at lemon water sa mangkok at mabilis na ihalo sa isang malaking metal na kutsara.

d) Ilagay ang kuwarta sa ibabaw ng pinagawaan ng harina at masahin nang bahagya gamit ang malinis na mga kamay. Hugis ito sa isang maluwag na parihaba, balutin ito sa cling film, at palamigin ito sa freezer sa loob ng 15 minuto.

e) Flour ang work surface at igulong ang pastry sa isang mahaba kahit na parihaba tungkol sa 45 x 15cm.

f) Tiklupin ang pastry sa pangatlo, isang dulo sa kabila. Pindutin ang mga maluwag na dulo, ibalik ito, igulong muli, at tiklop sa 3, ulitin ang prosesong ito nang tatlong beses. Dapat mong tapusin ang isang makinis na kuwarta na may makapal na guhitan ng mantikilya. Balutin at palamigin nang hindi bababa sa 1 oras.

g) Para gawin ang chocolate filling, ihanda ito sa pamamagitan ng paghahalo ng cocoa powder, dark brown sugar, at butter para maging makinis at makapal na paste. Takpan hanggang handa nang gamitin.

h) Ibalik ang kuwarta sa isang floured board at gupitin ito sa 4. Takpan at ibalik ang 3 quarters sa refrigerator.

i) Igulong ang unang quarter sa isang manipis na 30 x 40cm na parihaba. Gupitin ito sa tatlong 10 x 40cm na piraso. Ikalat nang bahagya ang bawat strip gamit ang chocolate filling at tiklupin sa kalahating pahaba, pagkatapos ay gumulong sa isang masikip na spiral. Ilagay ang bawat cruffin na may mga ginupit na gilid paitaas sa isang 12-hole na muffin pan na may bahagyang mantikilya at ulitin kasama ang natitirang 2 piraso ng pastry.

j) I-roll out ang natitirang pinalamig na kuwarta, isang seksyon sa isang pagkakataon, at ulitin ang pagpuno at pag-roll upang makagawa ng 12 cruffins. Takpan ang mga ito ng malinis na tea towel at ilagay sa isang mainit (hindi mainit) na espasyo sa loob ng mga 2 oras, o hanggang dumoble ang laki.

k) Maghurno sa isang preheated oven sa 170°C para sa 20-25 minuto hanggang sa tumaas, patumpik-tumpik, at ginintuang kayumanggi. Habang mainit-init pa, gumamit ng malaking kahoy na hawakan ng kutsara at dahan-dahang pindutin ang gitna ng cruffin (halos kalahati pababa) upang bigyan ng puwang ang mascarpone. Brush na may warmed golden syrup upang magpakinang at hayaan silang lumamig.

l) Upang gawing mascarpone ang kape, sa isang maliit na mangkok, magdagdag ng 2 kutsarita ng tubig na kumukulo sa mga butil ng kape at ganap na matunaw ang mga ito.

m) Sa isang hiwalay na medium bowl, idagdag ang mascarpone, vanilla, at icing sugar, at ihalo nang mabuti. Maluwag na umikot sa natunaw na kape, na lumilikha ng ripple effect.

n) Ilipat sa isang piping bag na may malawak na nozzle, at ilagay ang nozzle nang malalim sa bawat cruffin upang mag-pipe ng maraming dami ng coffee cream sa bawat isa.

29. Nutella Stuffed Pumpkin Cruffins

MGA INGREDIENTS:
PARA SA DOUGH:
- 2 kutsarita ng aktibong dry yeast
- 2 kutsarang asukal
- ½ tasang maligamgam na tubig
- 2 ¾ tasang all-purpose na harina
- ½ kutsarita ng asin
- ¼ tasa unsalted butter (½ stick, tinunaw)
- ½ tasa ng de-latang kalabasa
- 2 kutsarita na pampalasa ng pumpkin pie
- 1 kutsarita vanilla extract

PARA SA PAGPUPUNO:
- 8 kutsarang unsalted butter (1 stick, natunaw)
- 8 kutsarang Nutella

PARA SA PUMPKIN GLAZE:
- 1 tasang icing sugar
- 1 kutsarang gatas (hal., 2% na gatas)
- 1 kutsarita vanilla extract
- 2 kutsarang de-latang kalabasa
- 1 kutsarita pumpkin pie spice
- 1 kutsarang tinunaw na mantikilya

MGA TAGUBILIN:
CRUFFINS DOUGH:
a) I-spray ang muffin tray na may cooking spray at itabi ito.

b) Ihanda ang lebadura: Sa isang maliit na mangkok, pagsamahin ang lebadura, asukal, at maligamgam na tubig. Hayaang magpahinga ang lebadura sa loob ng 10 hanggang 15 minuto hanggang sa maging mabula.

c) Buuin ang kuwarta: Sa mangkok ng iyong mixer, idagdag ang harina, asin, tinunaw na mantikilya, de-latang kalabasa, pumpkin pie spice, vanilla extract, at ang yeast mixture. Haluin gamit ang dough hook attachment para sa mga 5 minuto hanggang ang kuwarta ay malambot at hindi na dumikit sa mga gilid ng mangkok. Magdagdag ng higit pang harina kung ang masa ay masyadong malagkit.

d) Pahinga: I-spray ang masa ng cooking spray, ilagay ito sa isang mangkok, takpan ito ng plastic wrap, at hayaang tumaas ito hanggang sa dumoble ang laki (humigit-kumulang 30 minuto).

ASSEMBLY:

e) Hatiin ang kuwarta sa 8 pantay na piraso. Gamit ang pasta maker, igulong ang kuwarta hanggang sa maging manipis ito. Patakbuhin ito sa gumagawa ng pasta upang makamit ang nais na manipis.

f) I-assemble ang cruffins: I-brush ang dough na may tinunaw na mantikilya at magdagdag ng 1 kutsara ng Nutella sa isang dulo ng dough strip. Pagulungin ang kuwarta mula sa dulo ng Nutella hanggang sa kabilang dulo nang mahigpit hangga't maaari, na lumikha ng isang log. I-twirl ang log sa isang semi-knot at isuksok ang mga dulo sa ilalim. Ilagay ang cruffin sa inihandang muffin tray at ulitin kasama ang natitirang mga piraso ng kuwarta.

g) Painitin muna ang oven sa 375°F.

h) Ihurno ang mga cruffin: Hayaang magpahinga ang mga cruffin nang halos isang oras hanggang sa doble ang laki nito. Brush na may tinunaw na mantikilya. Ilagay ang tray sa oven at maghurno ng 25 minuto o hanggang sa maging golden brown.

GLAZE:

i) Sa mangkok ng iyong panghalo, pagsamahin ang lahat ng mga sangkap ng glaze at paghaluin ng ilang minuto hanggang sa makinis ang glaze.

TAPUSIN ANG CRUFFINS:

j) Hayaang lumamig ang mga cruffin nang humigit-kumulang 5 minuto bago ibuhos ang glaze sa ibabaw ng mga ito. Maaari mo ring iwisik ang mga ito ng powdered sugar kung ninanais.

30. Easter Marble Cruffins

MGA INGREDIENTS:
PARA SA WHITE DOUGH:
- 2 itlog, temperatura ng silid
- 60 g ng asukal
- 170 g ng harina
- ¼ kutsarita ng asin
- 4 g instant dry yeast
- 20 ML ng mainit na gatas
- 60 g mantikilya, natunaw
- 8g vanilla sugar o katas

PARA SA CHOCOLATE DOUGH:
- 2 itlog, temperatura ng silid
- 60 g ng asukal
- 150 g harina
- 50 g cacao powder
- ¼ kutsarita ng asin
- 4 g instant dry yeast
- 20 ML ng mainit na gatas
- 60 g mantikilya, natunaw
- 8g vanilla sugar o katas

PARA SA PAGPUPUNO:
- 30g natunaw na mantikilya
- May pulbos na asukal
- Candied orange peels
- Marzipan
- Mga natuklap ng almond
- Mga tuyong cranberry

MGA TAGUBILIN:
PARA SA WHITE DOUGH:
a) Talunin ang mga itlog, asukal, at vanilla sugar sa mataas na bilis hanggang sa magaan, malambot, at dumoble ang laki.

b) Sa isang mixing bowl, haluin ang harina, lebadura, at asin. Idagdag ang pinalo na itlog sa pinaghalong harina, kasama ang gatas at malambot na mantikilya. Gumamit ng stand mixer upang pagsama-samahin ang kuwarta at masahihin ito ng mga 10-12 minuto gamit ang dough hook attachment hanggang sa ito ay malambot, nababanat, at nababanat.

c) Ilagay ang kuwarta sa isang mangkok, takpan ng plastic wrap, at hayaan itong tumaas hanggang sa doble ang laki, mga 2 oras.

PARA SA CHOCOLATE DOUGH:

d) Ulitin ang parehong mga hakbang tulad ng para sa puting kuwarta.

PAGTITIPON:

e) Pagulungin ang puting kuwarta sa isang manipis na sheet. Pahiran ito ng tinunaw na mantikilya at budburan ng minatamis na balat ng orange, cranberry, almond flakes, at marzipan.

f) I-roll out ang chocolate dough sa isang manipis na sheet. Ilagay ang chocolate dough sa ibabaw ng puting dough. Pagulungin ang kuwarta sa isang log at gumamit ng isang matalim na kutsilyo upang hatiin ito sa kalahati upang hatiin ito sa 2 hibla.

g) Upang makagawa ng isang malaking tinapay, kulutin ang unang strand sa paligid nito upang mabuo ang base ng tinapay, pagkatapos ay kulutin ang pangalawang strand sa paligid ng una na pataas. Ang gilid ng hiwa ay dapat palaging nakaharap. Itago ang dulo ng pangalawang strand sa loob ng nabuong simboryo.

h) Upang makagawa ng mas maliliit na tinapay, gupitin ang roll sa pantay na bahagi at i-twist ang mga ito upang makamit ang katulad na epekto.

i) Maingat na ilipat ang tinapay sa isang panettone springform, na maaaring gumawa ng 1 malaking tinapay o 12 maliliit na tinapay. Takpan ang tinapay gamit ang plastic wrap at hayaang tumaas ng isa pang oras o higit pa.

j) Maghurno sa 175°C sa loob ng 30 minuto para sa mas maliliit na tinapay. Para sa mas malaki, maghurno sa unang 10 minuto sa 200°C, pagkatapos ay bawasan ang init sa 175°C at maghurno ng 20-25 minuto pa. Kung ang tuktok ay nagsimulang masunog, takpan ito ng foil at ipagpatuloy ang pagluluto.

k) Hayaang magpahinga ang mga tinapay sa loob ng 10 minuto sa anyo, pagkatapos ay ilipat sa isang wire rack upang lumamig.

l) Lagyan ng pulbos na asukal ang mga tinapay na pinalamig ng alikabok at ihain.

31. Chocolate Ganache Cruffins

MGA INGREDIENTS:
PARA SA CRUFFIN DOUGH:
- 200g mantikilya
- 500g all-purpose na harina
- 120ml na tubig
- 140ml buong gatas
- 60g ng asukal
- 15g live na lebadura
- 50g 82% fat butter (pinalambot)
- asin

PARA SA VANILLA GANACHE:
- 100g puting tsokolate
- 100ml solong cream
- ½ vanilla pod
- Icing sugar

PAGHAHANDA:
PARA SA CRUFFIN DOUGH:
a) Magsimula sa pamamagitan ng paghahanda ng iyong mantikilya: hubugin ang 150g ng 82% fat butter sa isang 20x20cm square. I-wrap ito sa isang sheet ng greaseproof na papel at itabi ito sa refrigerator.

b) I-activate ang iyong lebadura sa pamamagitan ng paghahalo nito sa asukal at mga pre-warmed na likido. Pagkatapos ay ihalo ang harina, ang natitirang 50g ng 82% fat butter (pinalambot), at ang asin.

c) Masahin hanggang magkaroon ng makinis na masa.

d) Pagulungin ang kuwarta sa isang bola, takpan ito, at hayaang tumaas ng 30 minuto sa temperatura ng silid, pagkatapos ay palamigin ito ng 3 oras.

e) Ibalik ang kuwarta at igulong ito sa isang pre-floured work surface.

f) Ilagay ang iyong parisukat na 82% na mantikilya sa gitna ng kuwarta at tiklupin ang kuwarta sa itaas.

g) Igulong ang kuwarta sa isang parihaba na 3 beses na mas mahaba kaysa sa lapad nito, paikutin ang kuwarta nang 90°, at bumuo ng isang pagliko.

h) Pagulungin muli ang kuwarta sa isang direksyon hanggang dumoble ito sa haba, paikutin ito ng 90° at sa pagkakataong ito ay gumawa ng dobleng pagliko: tiklupin ang itaas na kalahati patungo sa gitna, gawin ang

parehong sa ibabang kalahati, pagkatapos ay tiklupin ang magkabilang bahagi.
i) Palamigin ang kuwarta sa refrigerator sa loob ng 30 minuto.
j) Sa isang pre-floured work surface, igulong ang kuwarta sa kapal na humigit-kumulang 3–5mm.
k) Gumupit ng 7 parihaba at igulong ang bawat isa sa hugis tabako.
l) Gamit ang isang matalim na kutsilyo, hiwain ang mga ito nang pahaba at igulong ang bawat kalahati upang maging katulad ng isang shell ng snail, na nakikita ang mga layer ng pastry.
m) Ilagay ang mga ito sa greased muffin tins at hayaang tumaas ang mga ito sa refrigerator sa loob ng 5 oras.
n) Painitin muna ang oven sa 180°C.
o) Maghurno ng 20 minuto, pagkatapos ay alisin ang mga cruffin mula sa oven at ilagay ang mga ito sa isang rack upang palamig.

PARA SA VANILLA GANACHE:
p) Dalhin ang cream sa isang pigsa na may split at nasimot kalahati vanilla pod.
q) Durugin ang puting tsokolate at ibuhos ang cream sa ibabaw.
r) Paghaluin upang makakuha ng isang makinis na texture.
s) Ilagay ito sa isang piping bag at iwanan ito sa isang malamig na lugar nang humigit-kumulang 30 minuto.
t) Punan ang mga cruffin ng ganache mula sa ibaba at ilagay ang isang kutsara sa itaas.
u) Budburan ang cruffins na may icing sugar bago ihain.
v) I-enjoy ang iyong homemade cruffins na may masarap na vanilla ganache filling!

CHEESY CRUFFINS

32. Cheesy Ranch-Infused Cruffins

MGA INGREDIENTS:
- 2 tubes ng crescent roll dough
- 4 tablespoons ng mantikilya (temperatura ng kuwarto), hinati
- 4 tablespoons ng ranch seasoning, hinati
- 1 tasa ng matalim na cheddar cheese, hinati
- 1 kutsara ng tinadtad na perehil, hinati

MGA TAGUBILIN:
a) Painitin muna ang iyong hurno sa 400 degrees Fahrenheit.
b) Bahagyang lagyan ng mantika ang 8 tasa ng muffin tin at itabi ito.
c) Kunin ang bawat sheet ng crescent roll dough at, gamit ang isang maliit na rolling pin, igulong ito hanggang sa magkaroon ka ng dalawang mas malalaking parihaba, siguraduhin na ang mga butas-butas na bahagi ay maayos na pinagsama.
d) Ikalat ang halos lahat ng pinalambot na mantikilya nang pantay-pantay sa ibabaw ng mga sheet, nagreserba ng isang maliit na bahagi para sa pagsisipilyo sa mainit na cruffins pagkatapos ng pagluluto.
e) Iwiwisik nang pantay-pantay ang ranch seasoning sa niligid na kuwarta.
f) Itaas ang tinimplang kuwarta na may cheddar cheese at pagkatapos ay ang tinadtad na perehil.
g) Simula sa mahabang dulo ng bawat parihaba, igulong ang kuwarta upang makabuo ng log.
h) Gupitin ang bawat log sa kalahati, na lumilikha ng mas maikling mga log.
i) Hatiin ang bawat isa sa mga log sa kalahating pahaba upang ilantad ang mga panloob na layer ng mga log.
j) Ulitin ang prosesong ito sa pangalawang sheet ng kuwarta. Kapag tapos ka na, dapat mayroon kang 4 na piraso mula sa bawat sheet.
k) Kunin ang bawat piraso at balutin ito sa iyong mga daliri, na hinuhubog ito na parang muffin na ang layered side ay nakaharap palabas. Maaari mong dahan-dahang iunat ang kuwarta sa panahon ng prosesong ito para sa pinakamahusay na mga resulta.
l) Ilagay ang bawat pinagsamang piraso sa greased muffin tin.
m) Maghurno ng 17-20 minuto, paikutin ang lata sa kalahati ng oras ng pagluluto.

n) Alisin ang mga cruffin mula sa oven at agad na bitawan ang mga ito mula sa kawali, isa-isa, sa pamamagitan ng malumanay na paggamit ng butter knife o isang manipis na bagay.

o) Itago ang mga ito sa temperatura ng silid sa isang lalagyan na bahagyang hindi tinatagusan ng hangin upang maiwasan ang pagbuo ng kahalumigmigan.

33. Mga Raspberry Cream Cheese Cruffins

MGA INGREDIENTS:
- 3 (8-onsa) na tubo ng crescent roll dough
- 1 tasa (8 ounces) cream cheese, ganap na pinalambot
- ½ tasa ng raspberry na pinapanatili
- 1 tasang may pulbos na asukal
- 2 kutsarang gatas

MGA TAGUBILIN:
a) Painitin muna ang oven sa 350°F.
b) Bahagyang lagyan ng grasa ang 12-cup muffin pan na may non-stick cooking spray. Itabi.
c) Pagulungin ang bawat sheet ng crescent roll dough hanggang sa magkaroon ka ng 3 mas malalaking parihaba na bahagyang mas malaki kaysa sa sinimulan mo, at ang mga butas-butas na linya ay pinaghalo muli.
d) Ikalat ang isang manipis na layer ng cream cheese sa bawat sheet.
e) Susunod, ikalat ang isang manipis na layer ng mga pinapanatili ng raspberry.
f) Simula sa mahabang dulo ng rektanggulo, igulong ang kuwarta sa isang log.
g) Gupitin ang kuwarta sa kalahati, na nagbibigay sa iyo ng mas maikling mga log.
h) Pagkatapos ay i-cut ang bawat isa sa mga log sa kalahati, pahaba.
i) Ulitin sa iba pang dalawang sheet. Kapag tapos ka na, dapat mayroon kang 12 piraso.
j) Kunin ang bawat piraso at balutin ito sa iyong daliri upang mabuo ang hugis ng muffin, na nakaharap ang layered na gilid sa labas.
k) Ilagay ang bawat pinagsamang piraso sa greased muffin pan.
l) Maghurno ng mga 18-20 minuto, paikutin ang kawali sa kalahati ng oras ng pagluluto.
m) Samantala, para gawin ang glaze, pagsamahin ang powdered sugar at gatas sa isang maliit na mixing bowl at haluin hanggang makinis at may drizzling consistency.
n) Alisin ang mga cruffin mula sa oven at agad na alisin ang mga cruffin mula sa kawali patungo sa isang cooling rack na nakalagay sa ibabaw ng isang rimmed baking sheet.
o) Ibuhos ang bawat cruffin nang sagana sa glaze. Ihain nang mainit o sa temperatura ng kuwarto.

34. Cheesy Garlic Cruffin

MGA INGREDIENTS:
PARA SA DOUGH:
- 3 tubes (8 ounces bawat isa) pinalamig na crescent roll sheet

PARA SA PAGPUPUNO:
- ½ tasa (1 stick / 113 g) unsalted butter, pinalambot
- 1 kutsarang chives, pinong tinadtad
- 1 kutsarang bawang, tinadtad
- 3 tasa (339 g) banayad na cheddar cheese, ginutay-gutay, hinati

PARA SA GARLIC BUTTER:
- 3 kutsarang unsalted butter, natunaw
- 1 kutsarita ng bawang, tinadtad
- 1 kutsarita ng chives, pinong tinadtad
- 1 kutsarita kosher salt

MGA TAGUBILIN:
PARA SA DOUGH:
a) Painitin muna ang oven sa 350°F. Bahagyang spray ang karaniwang 12-cup muffin tin na may nonstick cooking spray. Itabi.
b) Sa ibabaw ng trabahong may bahagyang floured, igulong ang bawat tubo ng kuwarta sa isang 12×16-pulgadang parihaba. Kung gumagamit ka ng perforated crescent roll dough, siguraduhing kurutin ang mga tahi upang mai-seal ang mga ito.

PARA SA PAGPUPUNO:
c) Sa isang medium na mangkok, pagsamahin ang pinalambot na mantikilya, chives, at tinadtad na bawang.
d) Ikalat ang tungkol sa ⅓ ng pinaghalong mantikilya sa ibabaw ng isang sheet ng kuwarta.
e) Iwiwisik ang 1 tasa ng ginutay-gutay na cheddar cheese nang pantay-pantay sa pinaghalong mantikilya.
f) Simula sa mahabang dulo ng dough sheet, mahigpit na igulong ito sa isang log.
g) Gupitin ang log sa kalahati, na lumilikha ng dalawang mas maiikling log.
h) Gupitin ang bawat isa sa mga mas maiikling log sa kalahating pahaba, na nagbibigay sa iyo ng apat na seksyon ng kuwarta.
i) Ulitin ang prosesong ito sa natitirang dalawang sheet ng kuwarta, kaya mayroon kang 12 seksyon ng kuwarta.

j) Paggawa gamit ang isang seksyon ng kuwarta nang paisa-isa, igulong ito sa isang masikip na cinnamon roll na hugis, na idikit sa dulong piraso ng kuwarta.
k) Ilagay ang bawat roll sa inihandang muffin tin. Ulitin sa natitirang 11 mga seksyon.
l) Maghurno ng 20-25 minuto, o hanggang sa maging golden brown ang cruffins. Habang nagluluto ang mga cruffin, ihanda ang mantikilya ng bawang.

PARA SA GARLIC BUTTER:
m) Sa isang maliit na mangkok, haluin ang tinunaw na mantikilya, tinadtad na bawang, pinong tinadtad na chives, at kosher salt.
n) I-brush ang garlic butter sa ibabaw ng mainit na cruffins pagkatapos lumabas sa oven.

35. Blackcurrant Cheesecake Cruffin

MGA INGREDIENTS:
PARA SA CRUFFIN DOUGH:
- 2 ¼ tasa ng all-purpose na harina
- ¼ tasa ng butil na asukal
- 1 pakete (2 ¼ kutsarita) aktibong dry yeast
- ½ kutsarita ng asin
- ½ tasa ng mainit na gatas
- ¼ tasa unsalted butter, pinalambot
- 1 malaking itlog
- 1 kutsarita vanilla extract

PARA SA CHEESECAKE FILLING:
- 8 ounces cream cheese, pinalambot
- ¼ tasa ng butil na asukal
- 1 kutsarita vanilla extract

PARA SA BLACKCURRANT FILLING:
- 1 tasang blackcurrant (sariwa o frozen)
- ¼ tasa ng butil na asukal
- ¼ tasa ng tubig
- 1 kutsarita ng gawgaw na hinaluan ng 1 kutsarang tubig (para sa pampalapot)

PARA SA CRUFFIN TOPPING:
- ¼ tasa ng pulbos na asukal
- 1-2 kutsarang gatas
- Mga karagdagang blackcurrant para sa dekorasyon (opsyonal)

Mga Tagubilin:
a) Sa isang maliit na mangkok, pagsamahin ang mainit na gatas at lebadura. Hayaang umupo ito ng mga 5-10 minuto hanggang sa maging mabula.
b) Sa isang malaking mangkok ng paghahalo, pagsamahin ang harina, asukal, at asin. Idagdag ang foamy yeast mixture, softened butter, egg, at vanilla extract. Haluin hanggang mabuo ang isang masa.
c) Masahin ang kuwarta ng mga 5-7 minuto hanggang sa maging makinis at elastic. Ilagay ang kuwarta sa isang mangkok na may mantika, takpan ito ng malinis na tuwalya sa kusina, at hayaan itong tumaas sa isang mainit na lugar para sa mga 1-2 oras o hanggang sa ito ay dumoble ang laki.

d) Habang umaangat ang kuwarta, gawin ang pagpuno ng cheesecake sa pamamagitan ng paghahalo ng pinalambot na cream cheese, asukal, at vanilla extract hanggang sa makinis. Itabi ito.

e) Sa isang kasirola, pagsamahin ang mga blackcurrant, asukal, at tubig. Lutuin sa katamtamang apoy hanggang lumambot ang blackcurrant at lumabas ang katas nito. Ihalo ang cornstarch-water mixture para lumapot ang laman. Alisin ito mula sa init at hayaan itong lumamig.

f) Kapag ang kuwarta ay tumaas, suntukin ito at hatiin ito sa 8 pantay na bahagi. Pagulungin ang bawat bahagi sa isang bola.

g) Pagulungin ang bawat bola ng kuwarta sa isang hugis-itlog na hugis. Maglagay ng isang kutsarang puno ng cheesecake filling at isang kutsarang puno ng blackcurrant filling sa gitna ng kuwarta.

h) Tiklupin ang kuwarta sa ibabaw ng mga palaman upang bumuo ng cruffin, tinatakan ang mga gilid.

i) Ilagay ang mga cruffin sa muffin tin o sa isang baking sheet na nilagyan ng parchment paper. Takpan ang mga ito at hayaang tumaas ng isa pang 30 minuto.

j) Painitin muna ang iyong oven sa 375°F (190°C).

k) I-bake ang cruffins ng mga 20-25 minuto o hanggang sa maging golden brown at maluto.

l) Habang nagluluto ang cruffins, ihanda ang glaze sa pamamagitan ng paghahalo ng powdered sugar at gatas hanggang sa makinis.

m) Kapag tapos na ang cruffins, alisin ang mga ito sa oven at hayaang lumamig ng ilang minuto. Ibuhos ang glaze sa cruffins at palamutihan ng karagdagang mga blackcurrant kung ninanais.

CARAMEL CRUFFINS

36. Salted Caramel Cruffin

MGA INGREDIENTS:
- 1 ⅓ tasa ng harina ng tinapay
- 2 kutsarita ng instant dry yeast
- Isang kurot ng asin
- ⅔ tasa ng maligamgam na tubig
- 225g salted butter, pinalambot, kasama ang 10g na natunaw
- 1 tasang caster sugar

MGA TAGUBILIN:
PAGHAHANDA NG DOUGH
a) Pagsamahin ang harina, lebadura, at asin sa isang malaking mangkok.
b) Magdagdag ng maligamgam na tubig at tinunaw na mantikilya sa mga tuyong sangkap.
c) Haluin hanggang sa magsama-sama ang masa.
d) Knead ang kuwarta sa isang bahagyang floured surface para sa 1-2 minuto o hanggang sa ito ay maging makinis.
e) Ilagay ang kuwarta sa isang malinis na mangkok, takpan ito ng plastic wrap, at hayaang tumayo ito ng 30 minuto sa isang mainit, walang draft na lugar upang pahintulutan ang kuwarta na doble ang laki.

DOUGH FOLDING AND CHILLING
f) Push ang kuwarta upang maalis ang hangin.
g) Igulong ang kuwarta sa isang 45cm x 20cm na parihaba sa ibabaw ng harina.
h) Ikalat ang kalahati ng pinalambot na mantikilya sa kuwarta.
i) Tiklupin ang kuwarta sa tatlong layer, katulad ng pagtitiklop ng sobre.
j) I-wrap ang kuwarta sa plastic wrap at palamigin ito ng 30 minuto.

PAGHAHANDA NG MUFFIN PAN
k) Lagyan ng grasa ang isang 12-hole na muffin pan na may ilan sa natitirang mantikilya.
l) Lagyan ng baking paper ang mga base ng muffin pan.

DOUGH FOLDING AT SUGAR LAYERING
m) Igulong ang pinalamig na kuwarta sa isang 50cm x 25cm na parihaba gamit ang asukal sa halip na harina upang hindi dumikit.
n) Ikalat ang natitirang mantikilya sa kuwarta.
o) Iwiwisik ang kalahati ng natitirang asukal sa buttered dough.
p) Tiklupin ang kuwarta sa tatlong layer tulad ng isang sobre.
q) Muli, gumamit ng asukal sa halip na harina upang igulong ang kuwarta sa isang 40 x 35cm na parihaba.

r) Iwiwisik ang natitirang asukal sa kuwarta.

PAG-ROULONG AT PAGPUTOL

s) I-roll ang kuwarta nang pahaba sa isang mahaba, masikip na log.

t) Gupitin ang mga dulo at itapon ang mga ito.

u) Gupitin ang log sa 12 pantay na piraso.

v) Ilagay ang hiniwang gilid sa inihandang muffin pan.

w) Hayaang tumayo ng 30 minuto o hanggang sa maging syrupy ang asukal.

PAGBABAKE AT PAGHA-SERVICE

x) Painitin muna ang oven sa 200°C o 180°C na pinipilit ng fan.

y) Ihurno ang mga cruffin sa loob ng 30-35 minuto o hanggang sa maging madilim ang kulay ng karamelo.

z) Agad na i-on ang cruffins sa isang wire rack upang maiwasan ang caramel na tumigas at dumikit sa kawali.

aa) Hayaang tumayo sila ng 5-10 minuto.

bb) Ihain ang Salted Caramel Cruffins nang mainit o sa temperatura ng kuwarto.

37. Hazelnut Caramel Cruffin

MGA INGREDIENTS:
PARA SA CRUFFIN DOUGH:
- 2 ¼ tasa ng all-purpose na harina
- ¼ tasa ng butil na asukal
- 1 pakete (2 ¼ kutsarita) aktibong dry yeast
- ½ kutsarita ng asin
- ½ tasa ng mainit na gatas (110°F o 43°C)
- ¼ tasa unsalted butter, pinalambot
- 2 malalaking itlog

PARA SA HAZELNUT CARAMEL FILLING:
- ½ tasang caramel sauce (binili sa tindahan o gawang bahay)
- ½ tasang tinadtad na hazelnuts, inihaw

PARA SA TOPPING:
- ¼ tasang powdered sugar (para sa pag-aalis ng alikabok)

MGA TAGUBILIN:
a) Sa isang maliit na mangkok, pagsamahin ang mainit na gatas at lebadura. Hayaang umupo ito ng mga 5-10 minuto hanggang sa maging mabula.

b) Sa isang malaking mangkok ng paghahalo, haluin ang harina, butil na asukal, at asin.

c) Idagdag ang pinaghalong lebadura, pinalambot na mantikilya, at mga itlog sa mga tuyong sangkap. Haluin hanggang mabuo ang isang masa.

d) Masahin ang kuwarta ng mga 5 minuto hanggang sa maging makinis at elastic. Kung ito ay masyadong malagkit, maaari kang magdagdag ng kaunti pang harina.

e) Ilagay ang kuwarta sa isang mangkok na bahagyang may mantika, takpan ito ng basang tela, at hayaang tumaas ito sa isang mainit na lugar sa loob ng mga 1-2 oras o hanggang sa dumoble ang laki nito.

f) Kapag ang kuwarta ay tumaas, suntukin ito at i-out ito sa ibabaw ng floured.

g) Igulong ang kuwarta sa isang malaking parihaba, mga ¼ pulgada ang kapal.

h) Ikalat ang caramel sauce sa ibabaw ng kuwarta, na nag-iiwan ng maliit na hangganan sa paligid ng mga gilid. Iwiwisik ang tinadtad na mga hazelnut nang pantay-pantay sa karamelo.

i) I-roll ang kuwarta sa isang log at gupitin ito sa 6 na pantay na piraso.

j) Ilagay ang mga piraso sa isang muffin tin, at gupitin sa gilid. Maaari ka ring gumamit ng muffin liners upang maiwasan ang pagdikit.
k) Takpan ang muffin tin na may mamasa-masa na tela at hayaang tumaas ang cruffins para sa isa pang 30-45 minuto.
l) Painitin muna ang iyong oven sa 375°F (190°C).
m) Ihurno ang mga cruffin sa preheated oven sa loob ng 20-25 minuto o hanggang sa maging golden brown ang mga ito at maluto.
n) Alisin ang mga cruffin mula sa oven at hayaang lumamig sa muffin tin sa loob ng ilang minuto.
o) Kapag bahagyang lumamig, ilipat ang mga cruffin sa isang wire rack upang ganap na lumamig.
p) Alisan ng alikabok ang pinalamig na cruffin na may pulbos na asukal bago ihain.

38. Cruffin with Caramel Popcorn

MGA INGREDIENTS:
PARA SA CRUFFIN DOUGH:
- 2 ¼ tasa ng all-purpose na harina
- ¼ tasa ng butil na asukal
- 1 pakete (2 ¼ kutsarita) aktibong dry yeast
- ½ kutsarita ng asin
- ½ tasa ng mainit na gatas (110°F o 43°C)
- ¼ tasa unsalted butter, pinalambot
- 2 malalaking itlog

PARA SA WHITE CHOCOLATE AT CARAMEL POPCORN TOPPING:
- 1 tasang puting tsokolate chips o mga tipak
- 1 tasang caramel popcorn

MGA TAGUBILIN:

a) Sa isang maliit na mangkok, pagsamahin ang mainit na gatas at lebadura. Hayaang umupo ito ng mga 5-10 minuto hanggang sa maging mabula.

b) Sa isang malaking mangkok ng paghahalo, haluin ang harina, butil na asukal, at asin.

c) Idagdag ang pinaghalong lebadura, pinalambot na mantikilya, at mga itlog sa mga tuyong sangkap. Haluin hanggang mabuo ang isang masa.

d) Masahin ang kuwarta ng mga 5 minuto hanggang sa maging makinis at elastic. Kung ito ay masyadong malagkit, maaari kang magdagdag ng kaunti pang harina.

e) Ilagay ang kuwarta sa isang mangkok na bahagyang may mantika, takpan ito ng basang tela, at hayaang tumaas ito sa isang mainit na lugar sa loob ng mga 1-2 oras o hanggang sa dumoble ang laki nito.

f) Kapag ang kuwarta ay tumaas, suntukin ito at i-out ito sa ibabaw ng floured.

g) Igulong ang kuwarta sa isang malaking parihaba, mga ¼ pulgada ang kapal.

h) Kapag na-roll out mo na ang kuwarta sa isang parihaba at hiniwa ito sa mga piraso, oras na upang ihanda ang puting chocolate topping.

i) Matunaw ang puting tsokolate sa isang mangkok na ligtas sa microwave sa loob ng 20-30 segundong pagitan, haluin sa pagitan, hanggang sa ito ay makinis at ganap na matunaw.

j) Isawsaw ang tuktok ng bawat cruffin sa tinunaw na puting tsokolate, na hahayaan ang anumang labis na tumulo.

k) Ilagay ang tsokolate-dipped cruffins sa isang wire rack upang hayaang bahagyang tumira ang puting tsokolate.

l) Habang malambot pa ang puting tsokolate, budburan ng maraming caramel popcorn sa ibabaw ng bawat cruffin. Pindutin ito ng malumanay para dumikit sa puting tsokolate.

m) Hayaang lumamig ang puting tsokolate at lumamig ang mga cruffin bago ihain.

n) Kung ninanais, maaari kang magbuhos ng ilang karagdagang puting tsokolate sa itaas para sa karagdagang dekorasyon.

39. Pistachio Salted Caramel Cruffin

MGA INGREDIENTS:
PARA SA CRUFFIN DOUGH:
- 2 ¼ tasa ng all-purpose na harina
- ¼ tasa ng butil na asukal
- 1 pakete (2 ¼ kutsarita) aktibong dry yeast
- ½ kutsarita ng asin
- ½ tasa ng mainit na gatas (110°F o 43°C)
- ¼ tasa unsalted butter, pinalambot
- 2 malalaking itlog

PARA SA PISTACHIO SALTED CARAMEL FILLING:
- ½ tasang salted caramel sauce (binili sa tindahan o gawang bahay)
- ½ tasang pistachios, tinadtad at inihaw

PARA SA TOPPING:
- Powdered sugar (para sa pag-aalis ng alikabok)
- Karagdagang toasted chopped pistachios

MGA TAGUBILIN:
a)   Sa isang maliit na mangkok, pagsamahin ang mainit na gatas at lebadura. Hayaang umupo ito ng mga 5-10 minuto hanggang sa maging mabula.
b)   Sa isang malaking mangkok ng paghahalo, haluin ang harina, butil na asukal, at asin.
c)   Idagdag ang pinaghalong lebadura, pinalambot na mantikilya, at mga itlog sa mga tuyong sangkap. Haluin hanggang mabuo ang isang masa.
d)   Masahin ang kuwarta ng mga 5 minuto hanggang sa maging makinis at elastic. Kung ito ay masyadong malagkit, maaari kang magdagdag ng kaunti pang harina.
e)   Ilagay ang kuwarta sa isang mangkok na bahagyang may mantika, takpan ito ng basang tela, at hayaang tumaas ito sa isang mainit na lugar sa loob ng mga 1-2 oras o hanggang sa dumoble ang laki nito.
f)   Kapag ang kuwarta ay tumaas, suntukin ito at i-out ito sa ibabaw ng floured.
g)   Igulong ang kuwarta sa isang malaking parihaba, mga ¼ pulgada ang kapal. Kapag na-roll out mo na ang kuwarta sa isang parihaba at hiniwa ito sa mga piraso, oras na upang ihanda ang pistachio salted caramel filling.

h) Pagulungin ang bawat piraso ng kuwarta sa isang maliit na parihaba o hugis-itlog na hugis.
i) Ikalat ang isang masaganang dami ng salted caramel sauce sa bawat piraso, na nag-iiwan ng maliit na hangganan sa paligid ng mga gilid.
j) Iwiwisik ang tinadtad at toasted pistachios nang pantay-pantay sa karamelo.
k) I-roll up ang bawat piraso ng kuwarta, simula sa isa sa mga mahabang gilid, upang lumikha ng hugis ng log.
l) Ilagay ang napunong cruffins sa isang muffin tin, gupitin sa gilid.
m) Takpan ang muffin tin na may mamasa-masa na tela at hayaang tumaas ang cruffins para sa isa pang 30-45 minuto.
n) Painitin muna ang iyong oven sa 375°F (190°C).
o) Ihurno ang mga cruffin sa preheated oven sa loob ng 20-25 minuto o hanggang sa maging golden brown ang mga ito at maluto.
p) Alisin ang mga cruffin mula sa oven at hayaang lumamig sa muffin tin sa loob ng ilang minuto.
q) Kapag bahagyang lumamig, ilipat ang mga cruffin sa isang wire rack upang ganap na lumamig.
r) Alisan ng alikabok ang pinalamig na cruffin na may pulbos na asukal at iwiwisik ang ilang karagdagang tinadtad na pistachio sa itaas bago ihain.

40. Caramel Macadamia Cruffin

MGA INGREDIENTS:
PARA SA CRUFFIN DOUGH:
- 2 ¼ tasa ng all-purpose na harina
- ¼ tasa ng butil na asukal
- 1 pakete (2 ¼ kutsarita) aktibong dry yeast
- ½ kutsarita ng asin
- ½ tasa ng mainit na gatas (110°F o 43°C)
- ¼ tasa unsalted butter, pinalambot
- 2 malalaking itlog

PARA SA CARAMEL MACADAMIA FILLING:
- ½ tasang caramel sauce (binili sa tindahan o gawang bahay)
- ½ tasa ng macadamia nuts, tinadtad at inihaw

PARA SA TOPPING:
- Powdered sugar (para sa pag-aalis ng alikabok)
- Karagdagang toasted chopped macadamia nuts

MGA TAGUBILIN:

a) Sa isang maliit na mangkok, pagsamahin ang mainit na gatas at lebadura. Hayaang umupo ito ng mga 5-10 minuto hanggang sa maging mabula.

b) Sa isang malaking mangkok ng paghahalo, haluin ang harina, butil na asukal, at asin.

c) Idagdag ang pinaghalong lebadura, pinalambot na mantikilya, at mga itlog sa mga tuyong sangkap. Haluin hanggang mabuo ang isang masa.

d) Masahin ang kuwarta ng mga 5 minuto hanggang sa maging makinis at elastic. Kung ito ay masyadong malagkit, maaari kang magdagdag ng kaunti pang harina.

e) Ilagay ang kuwarta sa isang mangkok na bahagyang may mantika, takpan ito ng basang tela, at hayaang tumaas ito sa isang mainit na lugar sa loob ng mga 1-2 oras o hanggang sa dumoble ang laki nito.

f) Kapag ang kuwarta ay tumaas, suntukin ito at i-out ito sa ibabaw ng floured.

g) Igulong ang kuwarta sa isang malaking parihaba, mga ¼ pulgada ang kapal.

h) Kapag na-roll out mo na ang kuwarta sa isang parihaba at hiniwa ito sa mga piraso, oras na upang ihanda ang caramel macadamia filling.

i) Pagulungin ang bawat piraso ng kuwarta sa isang maliit na parihaba o hugis-itlog na hugis.
j) Ikalat ang isang masaganang dami ng caramel sauce sa bawat piraso, na nag-iiwan ng maliit na hangganan sa paligid ng mga gilid.
k) Iwiwisik nang pantay-pantay ang tinadtad at toasted macadamia nuts sa karamelo.
l) I-roll up ang bawat piraso ng kuwarta, simula sa isa sa mga mahabang gilid, upang lumikha ng hugis ng log.
m) Ilagay ang napunong cruffins sa isang muffin tin, gupitin sa gilid.
n) Takpan ang muffin tin na may mamasa-masa na tela at hayaang tumaas ang cruffins para sa isa pang 30-45 minuto.
o) Painitin muna ang iyong oven sa 375°F (190°C).
p) Ihurno ang mga cruffin sa preheated oven sa loob ng 20-25 minuto o hanggang sa maging golden brown ang mga ito at maluto.
q) Alisin ang mga cruffin mula sa oven at hayaang lumamig sa muffin tin sa loob ng ilang minuto.
r) Kapag bahagyang lumamig, ilipat ang mga cruffin sa isang wire rack upang ganap na lumamig.
s) Alisan ng alikabok ang pinalamig na cruffin na may pulbos na asukal at iwiwisik ang ilang karagdagang tinadtad na macadamia nuts sa itaas bago ihain.

41. Dulce De Leche Cruffin

MGA INGREDIENTS:
PARA SA CRUFFIN DOUGH:
- 2 ¼ tasa ng all-purpose na harina
- ¼ tasa ng butil na asukal
- 1 pakete (2 ¼ kutsarita) aktibong dry yeast
- ½ kutsarita ng asin
- ½ tasa ng mainit na gatas (110°F o 43°C)
- ¼ tasa unsalted butter, pinalambot
- 2 malalaking itlog

PARA SA DULCE DE LECHE FILLING:
- ½ tasa dulce de leche (binili sa tindahan o gawang bahay)

PARA SA TOPPING:
- Powdered sugar (para sa pag-aalis ng alikabok)

MGA TAGUBILIN:

a) Sa isang maliit na mangkok, pagsamahin ang mainit na gatas at lebadura. Hayaang umupo ito ng mga 5-10 minuto hanggang sa maging mabula.

b) Sa isang malaking mangkok ng paghahalo, haluin ang harina, butil na asukal, at asin.

c) Idagdag ang pinaghalong lebadura, pinalambot na mantikilya, at mga itlog sa mga tuyong sangkap. Haluin hanggang mabuo ang isang masa.

d) Masahin ang kuwarta ng mga 5 minuto hanggang sa maging makinis at elastic. Kung ito ay masyadong malagkit, maaari kang magdagdag ng kaunti pang harina.

e) Ilagay ang kuwarta sa isang mangkok na bahagyang may mantika, takpan ito ng basang tela, at hayaang tumaas ito sa isang mainit na lugar sa loob ng mga 1-2 oras o hanggang sa dumoble ang laki nito.

f) Kapag ang kuwarta ay tumaas, suntukin ito at i-out ito sa ibabaw ng floured.

g) Pagulungin ang kuwarta sa isang malaki

h) Kapag na-roll out mo na ang kuwarta sa isang parihaba at hiniwa ito sa mga piraso, oras na upang ihanda ang dulce de leche filling.

i) Pagulungin ang bawat piraso ng kuwarta sa isang maliit na parihaba o hugis-itlog na hugis.

j) Ikalat ang isang masaganang halaga ng dulce de leche sa bawat piraso, na nag-iiwan ng maliit na hangganan sa paligid ng mga gilid.

k) I-roll up ang bawat piraso ng kuwarta, simula sa isa sa mga mahabang gilid, upang lumikha ng hugis ng log.
l) Ilagay ang napunong cruffins sa isang muffin tin, gupitin sa gilid.
m) Takpan ang muffin tin na may mamasa-masa na tela at hayaang tumaas ang cruffins para sa isa pang 30-45 minuto.
n) Painitin muna ang iyong oven sa 375°F (190°C).
o) Ihurno ang mga cruffin sa preheated oven sa loob ng 20-25 minuto o hanggang sa maging golden brown ang mga ito at maluto.
p) Alisin ang mga cruffin mula sa oven at hayaang lumamig sa muffin tin sa loob ng ilang minuto.
q) Kapag bahagyang lumamig, ilipat ang mga cruffin sa isang wire rack upang ganap na lumamig.
r) Alisan ng alikabok ang pinalamig na cruffin na may pulbos na asukal bago ihain.

42. Caramel Latte Cruffin

MGA INGREDIENTS:
PARA SA CRUFFIN DOUGH:
- 2 ¼ tasa ng all-purpose na harina
- ¼ tasa ng butil na asukal
- 1 pakete (2 ¼ kutsarita) aktibong dry yeast
- ½ kutsarita ng asin
- ½ tasa ng mainit na gatas (110°F o 43°C)
- ¼ tasa unsalted butter, pinalambot
- 2 malalaking itlog

PARA SA CARAMEL LATTE FILLING:
- ½ tasang caramel sauce (binili sa tindahan o gawang bahay)
- ¼ tasa ng instant coffee granules, natunaw sa ¼ tasa ng mainit na tubig

PARA SA TOPPING:
- Powdered sugar (para sa pag-aalis ng alikabok)
- Espresso powder (para sa pag-aalis ng alikabok na may lasa ng kape)

MGA TAGUBILIN:

a) Sa isang maliit na mangkok, pagsamahin ang mainit na gatas at lebadura. Hayaang umupo ito ng mga 5-10 minuto hanggang sa maging mabula.

b) Sa isang malaking mangkok ng paghahalo, haluin ang harina, butil na asukal, at asin.

c) Idagdag ang pinaghalong lebadura, pinalambot na mantikilya, at mga itlog sa mga tuyong sangkap. Haluin hanggang mabuo ang isang masa.

d) Masahin ang kuwarta ng mga 5 minuto hanggang sa maging makinis at elastic. Kung ito ay masyadong malagkit, maaari kang magdagdag ng kaunti pang harina.

e) Ilagay ang kuwarta sa isang mangkok na bahagyang may mantika, takpan ito ng basang tela, at hayaang tumaas ito sa isang mainit na lugar sa loob ng mga 1-2 oras o hanggang sa dumoble ang laki nito.

f) Kapag ang kuwarta ay tumaas, suntukin ito at i-out ito sa ibabaw ng floured.

g) Pagulungin ang kuwarta sa isang malaki

h) Kapag na-roll out mo na ang kuwarta sa isang parihaba at hiniwa ito sa mga piraso, oras na upang ihanda ang caramel latte filling.

i) Pagulungin ang bawat piraso ng kuwarta sa isang maliit na parihaba o hugis-itlog na hugis.

j) Ikalat ang isang masaganang dami ng caramel sauce sa bawat piraso, na nag-iiwan ng maliit na hangganan sa paligid ng mga gilid.
k) Paghaluin ang dissolved instant coffee sa caramel sauce hanggang sa maayos na pagsamahin.
l) Ikalat ang caramel latte mixture nang pantay-pantay sa caramel sauce.
m) I-roll up ang bawat piraso ng kuwarta, simula sa isa sa mga mahabang gilid, upang lumikha ng hugis ng log.
n) Ilagay ang napunong cruffins sa isang muffin tin, gupitin sa gilid.
o) Takpan ang muffin tin na may mamasa-masa na tela at hayaang tumaas ang cruffins para sa isa pang 30-45 minuto.
p) Painitin muna ang iyong oven sa 375°F (190°C).
q) Ihurno ang mga cruffin sa preheated oven sa loob ng 20-25 minuto o hanggang sa maging golden brown ang mga ito at maluto.
r) Alisin ang mga cruffin mula sa oven at hayaang lumamig sa muffin tin sa loob ng ilang minuto.
s) Kapag bahagyang lumamig, ilipat ang mga cruffin sa isang wire rack upang ganap na lumamig.
t) Alisan ng alikabok ang mga pinalamig na cruffin ng powdered sugar at isang light dusting ng espresso powder para sa dagdag na lasa ng kape.

43. Sea Salt Caramel Custard Cruffin

MGA INGREDIENTS:
PARA SA CRUFFIN DOUGH:
- 2 ¼ tasa ng all-purpose na harina
- ¼ tasa ng butil na asukal
- 1 pakete (2 ¼ kutsarita) aktibong dry yeast
- ½ kutsarita ng asin
- ½ tasa ng mainit na gatas (110°F o 43°C)
- ¼ tasa unsalted butter, pinalambot
- 2 malalaking itlog

PARA SA SEA SALT CARAMEL CUSTARD FILLING:
- ½ tasang caramel custard (binili sa tindahan o gawang bahay)
- Sea salt flakes para sa pagwiwisik

PARA SA TOPPING:
- Powdered sugar (para sa pag-aalis ng alikabok)

MGA TAGUBILIN:

a) Sa isang maliit na mangkok, pagsamahin ang mainit na gatas at lebadura. Hayaang umupo ito ng mga 5-10 minuto hanggang sa maging mabula.

b) Sa isang malaking mangkok ng paghahalo, haluin ang harina, butil na asukal, at asin.

c) Idagdag ang pinaghalong lebadura, pinalambot na mantikilya, at mga itlog sa mga tuyong sangkap. Haluin hanggang mabuo ang isang masa.

d) Masahin ang kuwarta ng mga 5 minuto hanggang sa maging makinis at elastic. Kung ito ay masyadong malagkit, maaari kang magdagdag ng kaunti pang harina.

e) Ilagay ang kuwarta sa isang mangkok na bahagyang may mantika, takpan ito ng basang tela, at hayaang tumaas ito sa isang mainit na lugar sa loob ng mga 1-2 oras o hanggang sa dumoble ang laki nito.

f) Kapag ang kuwarta ay tumaas, suntukin ito at i-out ito sa ibabaw ng floured.

g) Pagulungin ang kuwarta sa isang malaki

h) Kapag na-roll out mo na ang kuwarta sa isang parihaba at hiniwa ito sa mga piraso, oras na upang ihanda ang sea salt caramel custard filling.

i) Pagulungin ang bawat piraso ng kuwarta sa isang maliit na parihaba o hugis-itlog na hugis.

j) Ikalat ang isang masaganang dami ng caramel custard sa bawat piraso, na nag-iiwan ng maliit na hangganan sa paligid ng mga gilid.

k) Budburan ang isang kurot ng sea salt flakes sa ibabaw ng custard sa bawat piraso. Ayusin ang dami ng asin sa iyong panlasa.
l) I-roll up ang bawat piraso ng kuwarta, simula sa isa sa mga mahabang gilid, upang lumikha ng hugis ng log.
m) Ilagay ang napunong cruffins sa isang muffin tin, gupitin sa gilid.
n) Takpan ang muffin tin na may mamasa-masa na tela at hayaang tumaas ang cruffins para sa isa pang 30-45 minuto.
o) Painitin muna ang iyong oven sa 375°F (190°C).
p) Ihurno ang mga cruffin sa preheated oven sa loob ng 20-25 minuto o hanggang sa maging golden brown ang mga ito at maluto.
q) Alisin ang mga cruffin mula sa oven at hayaang lumamig sa muffin tin sa loob ng ilang minuto.
r) Kapag bahagyang lumamig, ilipat ang mga cruffin sa isang wire rack upang ganap na lumamig.
s) Alisan ng alikabok ang pinalamig na cruffin na may pulbos na asukal bago ihain.

44. Miso Caramel Cruffin

MGA INGREDIENTS:
PARA SA CRUFFIN DOUGH:
- 2 ¼ tasa ng all-purpose na harina
- ¼ tasa ng butil na asukal
- 1 pakete (2 ¼ kutsarita) aktibong dry yeast
- ½ kutsarita ng asin
- ½ tasa ng mainit na gatas (110°F o 43°C)
- ¼ tasa unsalted butter, pinalambot
- 2 malalaking itlog

PARA SA MISO CARAMEL FILLING:
- ½ tasang caramel sauce (binili sa tindahan o gawang bahay)
- 2-3 kutsarang puting miso paste (i-adjust sa panlasa)

PARA SA TOPPING:
- Powdered sugar (para sa pag-aalis ng alikabok)
- Sesame seeds (opsyonal, para sa dekorasyon)

MGA TAGUBILIN:

a) Sa isang maliit na mangkok, pagsamahin ang mainit na gatas at lebadura. Hayaang umupo ito ng mga 5-10 minuto hanggang sa maging mabula.

b) Sa isang malaking mangkok ng paghahalo, haluin ang harina, butil na asukal, at asin.

c) Idagdag ang pinaghalong lebadura, pinalambot na mantikilya, at mga itlog sa mga tuyong sangkap. Haluin hanggang mabuo ang isang masa.

d) Masahin ang kuwarta ng mga 5 minuto hanggang sa maging makinis at elastic. Kung ito ay masyadong malagkit, maaari kang magdagdag ng kaunti pang harina.

e) Ilagay ang kuwarta sa isang mangkok na bahagyang may mantika, takpan ito ng basang tela, at hayaang tumaas ito sa isang mainit na lugar sa loob ng mga 1-2 oras o hanggang sa dumoble ang laki nito.

f) Kapag ang kuwarta ay tumaas, suntukin ito at i-out ito sa ibabaw ng floured.

g) Pagulungin ang kuwarta sa isang malaki

h) Kapag na-roll out mo na ang kuwarta sa isang parihaba at hiniwa ito sa mga piraso, oras na upang ihanda ang miso caramel filling.

i) Pagulungin ang bawat piraso ng kuwarta sa isang maliit na parihaba o hugis-itlog na hugis.

j) Ikalat ang isang masaganang dami ng caramel sauce sa bawat piraso, na nag-iiwan ng maliit na hangganan sa paligid ng mga gilid.
k) Paghaluin ang puting miso paste sa caramel sauce, i-adjust ang dami sa gusto mong antas ng kaasinan at lasa ng umami.
l) Ikalat ang miso caramel mixture nang pantay-pantay sa caramel sauce.
m) I-roll up ang bawat piraso ng kuwarta, simula sa isa sa mga mahabang gilid, upang lumikha ng hugis ng log.
n) Ilagay ang napunong cruffins sa isang muffin tin, gupitin sa gilid.
o) Takpan ang muffin tin na may mamasa-masa na tela at hayaang tumaas ang cruffins para sa isa pang 30-45 minuto.
p) Painitin muna ang iyong oven sa 375°F (190°C).
q) Ihurno ang mga cruffin sa preheated oven sa loob ng 20-25 minuto o hanggang sa maging golden brown ang mga ito at maluto.
r) Alisin ang mga cruffin mula sa oven at hayaang lumamig sa muffin tin sa loob ng ilang minuto.
s) Kapag bahagyang lumamig, ilipat ang mga cruffin sa isang wire rack upang ganap na lumamig.
t) Alikabok ang cooled cruffins na may powdered sugar at palamutihan ng sesame seeds kung ninanais.

45. Malted Milk Cruffins

MGA INGREDIENTS:
- 50g malambot na inasnan na mantikilya, dagdag pa para sa pagpapadulas
- 75g chocolate spread
- 1 x 375g sheet na ready-rolled puff pastry
- Plain na harina para sa pag-aalis ng alikabok
- 100g caster sugar, para sa paglubog

PARA SA MALTED MILK CUSTARD:
- 2 malaking pula ng itlog
- 30 g ng asukal sa caster
- 15g plain na harina
- 1 kutsarita ng harina ng mais
- 150ml na gatas
- 1 kutsarang Ovaltine malted milk powder

PARA DECORATE:
- Mga 15 Malteser, halos tinadtad

MGA TAGUBILIN:
a) Painitin muna ang oven sa 200°C, bentilador 180°C, gas 6, at lagyan ng mantika ang 8 butas ng muffin tin.

b) Pagsamahin ang soft salted butter at chocolate spread.

c) I-unroll ang puff pastry sa isang bahagyang nilagyan ng harina at igulong ito nang bahagyang mas mahaba at mas malawak. Gupitin ito sa kalahating pahaba at i-brush ang bawat piraso ng kalahati ng pinaghalong chocolate spread. Igulong ang bawat kalahati nang mahigpit sa pinakamahabang gilid.

d) Gamit ang isang matalim na kutsilyo, gupitin ang bawat pinagsamang piraso sa kalahating pahaba, na nagreresulta sa dalawang haba. Gupitin ang bawat isa sa mga haba na ito sa kalahati.

e) Kunin ang bawat piraso at igulong ito sa iyong daliri, hubugin ito na parang snail, at pagkatapos ay ilagay ito sa muffin lata. Ulitin ang prosesong ito hanggang sa magkaroon ka ng 8 cruffins. Maghurno ng 25-30 minuto, o hanggang sa maging ginintuang sila at umangat. Kapag sapat na ang lamig para mahawakan, i-twist ang mga ito palabas ng lata at hayaang lumamig sa wire rack.

f) Kapag sila ay ganap na lumamig, igulong ang mga ito sa asukal upang mabalot.

g) Habang ang mga cruffin ay nagluluto, haluin ang mga pula ng itlog, asukal, at parehong harina sa isang mangkok. Sa isang hiwalay na kawali, init ang gatas at Ovaltine sa katamtamang init hanggang sa umabot sa kumukulo. Alisin ito mula sa apoy at dahan-dahang ihalo ito sa pinaghalong itlog.

h) Ibuhos muli ang halo na ito sa kawali at magpatuloy sa pagluluto sa loob ng 8-10 minuto, madalas na pagpapakilos, hanggang sa lumapot.

i) Alisin ito mula sa init at takpan ito ng cling film upang maiwasan ang pagbuo ng balat.

j) Gamit ang isang plain piping nozzle, gumawa ng butas sa gitna ng bawat cruffin, alisin ang kaunti sa pastry.

k) I-pipe ang custard sa ubod ng cruffin at tapusin ito ng isang sprinkle ng tinadtad na Maltesers.

46. Dulce de Leche Churro Cruffin

MGA INGREDIENTS:
PARA SA CHURRO DOUGH:
- 1 tasang tubig
- ½ tasang unsalted butter
- ¼ kutsarita ng asin
- 1 tasang all-purpose na harina
- 3 malalaking itlog
- 1 kutsarita vanilla extract

PARA SA DULCE DE LECHE FILLING:
- ½ tasa dulce de leche (binili sa tindahan o gawang bahay)

PARA SA COATING:
- ¼ tasa ng butil na asukal
- 1 kutsarita ng giniling na kanela

INSTRUCTIONS:
CHURRO DOUGH:
a)   Sa isang kasirola, pagsamahin ang tubig, mantikilya, at asin. Dalhin ito sa isang pigsa.

b)   Bawasan ang init sa mababang at idagdag ang harina nang sabay-sabay. Gumalaw nang malakas gamit ang isang kahoy na kutsara hanggang sa ang timpla ay bumubuo ng isang masa at humila mula sa mga gilid ng kawali. Alisin mula sa init at hayaan itong lumamig nang bahagya.

c)   Idagdag ang mga itlog nang paisa-isa, matalo nang mabuti pagkatapos ng bawat karagdagan. Ang kuwarta ay dapat na makinis at makintab. Ihalo ang vanilla extract.

Ihanda ang DULCE DE LECHE FILLING:
d)   Painitin ang dulce de leche sa microwave o sa stovetop hanggang sa lumambot at madaling gamitin.

MAGTITIPON ANG MGA CRUFFIN:
e)   Painitin muna ang iyong oven sa 375°F (190°C) at lagyan ng mga paper liner ang muffin tin.

f)   Ilipat ang churro dough sa isang piping bag na nilagyan ng star tip.

g)   I-pipe ang isang maliit na halaga ng churro dough sa ilalim ng bawat muffin cup, na lumilikha ng base.

h)   Gumawa ng balon sa gitna ng kuwarta at magdagdag ng isang kutsarita ng dulce de leche filling.

i)   I-pipe ang mas maraming churro dough sa ibabaw ng pagpuno, takpan ito nang buo at lumikha ng pattern ng swirl sa itaas.

MAGBAKE:
j) Ihurno ang mga cruffin sa preheated oven sa loob ng 20-25 minuto o hanggang sa maging golden brown at malutong.

COATING:
k) Habang mainit pa ang mga cruffin, paghaluin ang butil na asukal at giniling na kanela sa isang maliit na mangkok.

l) Igulong ang bawat cruffin sa pinaghalong cinnamon-sugar para mabalot ito.

m) Ang iyong Dulce de Leche Churro Cruffins ay handa nang tangkilikin!

MEATY CRUFFINS

47. Ham at Cheese Cruffins

MGA INGREDIENTS:
PARA SA PASTRY:
- 120g ng tubig
- 1 ½ kutsarita pinatuyong instant yeast
- 30g ng asukal
- 280g na harina ng panadero, dagdag pa para sa pag-aalis ng alikabok
- 50g unsalted butter
- ¼ kutsarita ng asin sa dagat

PARA SA ASSEMBLY:
- 250g unsalted butter, hiwa-hiwain
- 50g plain flour, dagdag pa para sa pag-aalis ng alikabok
- 150g cheddar cheese, hiwa-hiwain (3 cm)
- 120g ham ng pagpipilian, gupitin sa mga piraso

MGA TAGUBILIN:
PARA SA PASTRY:
a) Sa isang maliit na mangkok, pagsamahin ang tubig, pinatuyong instant yeast, at asukal. Haluin at hayaan itong umupo ng ilang minuto hanggang sa mabula.

b) Sa isang malaking mangkok, pagsamahin ang harina ng panadero at asin sa dagat. Idagdag ang yeast mixture at ihalo hanggang sa mabuo ang kuwarta.

c) Knead ang kuwarta sa isang floured surface hanggang makinis.

d) Hugis ang kuwarta sa isang parihaba at balutin ito ng plastic wrap. Palamigin sa loob ng 30 minuto.

PARA SA ASSEMBLY:
e) Sa isang maliit na mangkok, paghaluin ang unsalted butter at plain flour para maging makinis na paste.

f) Sa ibabaw ng floured, igulong ang pinalamig na kuwarta sa isang malaking parihaba.

g) Ikalat ang butter-flour paste nang pantay-pantay sa kuwarta.

h) Tiklupin ang kuwarta sa pangatlo, tulad ng isang liham. Lumilikha ito ng mga layer. Pagulungin muli ang kuwarta sa isang parihaba.

i) Ulitin ang proseso ng pagtitiklop, pagkatapos ay balutin ang kuwarta at palamigin sa loob ng 30 minuto.

j) Pagulungin ang kuwarta sa isang malaking parihaba.

k) Budburan ng cheddar cheese at mga piraso ng ham sa kalahati ng kuwarta.

l) Tiklupin ang kalahati sa ibabaw ng mga toppings upang lumikha ng isang napunong parihaba.
m) Gupitin ang kuwarta sa 12 parisukat.
n) Ilagay ang bawat parisukat sa isang muffin lata.
o) Hayaang tumaas ang masa sa isang mainit na lugar sa loob ng mga 2 oras hanggang sa pumutok.
p) Painitin muna ang iyong oven sa 190°C (375°F).
q) I-bake ang cruffins sa loob ng 20-25 minuto o hanggang sa maging golden brown ang mga ito at maluto.
r) Hayaang lumamig ng ilang minuto, pagkatapos ay alisin sa muffin tin.

48. Bacon at Goats' Cheese Cruffins

MGA INGREDIENTS:
DOUGH:
- Tinatayang kalahating batch ng croissant dough

SPICE BLEND:
- 2 kutsarang caster sugar
- 1 kutsarita ng pinong sea salt
- 1 kutsarita pinausukang paprika

PAGPUPUNO:
- 150g malambot na keso ng kambing
- 2 kutsarang bacon jam
- 1 maliit na sibuyas ng bawang, durog
- 1 kutsarang maple syrup
- Ilang chives, pinong tinadtad

TAPUSIN:
- 1-2 kutsarang bacon jam
- Mga sariwang chives, tinadtad
- Isang pag-aalis ng alikabok ng timpla ng pampalasa (mula sa itaas)

MGA TAGUBILIN:
DOUGH:

a) Pagulungin nang manipis ang croissant dough upang bumuo ng isang parihaba na humigit-kumulang 18cm by 45cm, pagkatapos ay gupitin ang mga gilid. Gupitin ito sa limang parihaba na may sukat na mga 18cm by 9cm.

b) Gumawa ng timpla ng pampalasa sa pamamagitan ng paghahalo ng caster sugar, pinong sea salt, at pinausukang paprika. Iwiwisik ang timpla na ito sa mga parihaba ng kuwarta at dahan-dahang tapikin ito para dumikit.

c) Hugis ang kuwarta tulad ng sa naunang cruffin post (maaari kang sumangguni sa orihinal na recipe para sa paggabay sa paghubog), o gupitin ang bawat parihaba sa kalahati nang pahaba upang makakuha ng mahabang piraso ng kuwarta, at igulong ang mga ito.

d) Ilagay ang hugis na kuwarta sa malalim, well-buttered na muffin lata na may maliit na parisukat ng greaseproof na papel sa base upang hindi dumikit.

e) Ilagay ang (mga) muffin tin sa isang malaking bin liner at iwanan ang mga ito sa temperatura ng silid o sa isang bahagyang mainit na silid upang patunayan hanggang sa humigit-kumulang na dumoble ang laki nito o mapuno ng mabuti ng mga muffin lata.

f) Painitin muna ang oven sa 200°C (fan) at agad itong ibaba sa 170°C. Ihurno ang mga pastry sa loob ng 15-20 minuto, o hanggang sa bumangon at maging ginintuang.

g) Alisin ang mga pastry mula sa oven at ilipat ang mga ito sa isang cooling rack. Alikabok ang mga ito ng higit pa sa timpla ng pampalasa at hayaan silang ganap na lumamig.

UPANG PUNUNAN AT MATAPOS:

h) Paghaluin ang mga sangkap ng pagpuno hanggang sa medyo makinis. Ilagay ang pinaghalong sa isang piping bag na nilagyan ng medium-sized na nozzle (mas mabuti na bilog).

i) Gumawa ng maliit na butas sa tuktok ng bawat pastry at i-pipe ang ilan sa mga filling sa bawat butas hanggang umabot ito sa tuktok. Pipe ang isang maliit na punso ng pagpuno sa itaas.

j) Kutsara ng kaunting bacon jam sa ibabaw ng pagpuno.

k) Kapag handa ka nang tangkilikin ang mga pastry, painitin ang mga ito nang humigit-kumulang 10 minuto sa humigit-kumulang 170°C.

49. Sausage at Pepper Cruffin

MGA INGREDIENTS:
- Pre-made croissant dough
- Mga link ng luto at hiniwang sausage
- Igisa ang bell peppers at sibuyas
- Tinadtad na mozzarella cheese
- Italian seasoning

MGA TAGUBILIN:

a) Painitin muna ang iyong oven sa temperaturang inirerekomenda sa pakete ng croissant dough.

b) Igulong ang croissant dough sa isang malinis na ibabaw, at paghiwalayin ito sa mga indibidwal na tatsulok o parihaba, depende sa uri ng kuwarta na mayroon ka.

c) Lagyan ng mga sumusunod na sangkap ang bawat piraso ng kuwarta; niluto at hiniwang sausage link, ginisang bell pepper at sibuyas, ginutay-gutay na mozzarella cheese, at isang sprinkle ng Italian seasoning

d) I-roll up ang kuwarta, simula sa mas malawak na dulo, upang lumikha ng hugis ng cruffin. Siguraduhing i-seal ang mga gilid upang maiwasan ang pagbuhos ng laman sa panahon ng pagluluto.

e) Ilagay ang mga inihandang cruffin sa isang muffin tin o sa isang baking sheet na nilagyan ng parchment paper.

f) Maghurno sa preheated oven para sa oras na nakasaad sa croissant dough package o hanggang ang cruffins ay maging golden brown at maluto.

g) Alisin sa oven at hayaang lumamig nang bahagya bago ihain.

50. Pepperoni at Mozzarella Cruffin

MGA INGREDIENTS:
- Pre-made croissant dough
- Hiniwang pepperoni
- Tinadtad na mozzarella cheese
- Tomato sauce (para sa paglubog, opsyonal)
- Pinatuyong oregano at basil (opsyonal)

MGA TAGUBILIN:

a) Painitin muna ang iyong oven sa temperaturang inirerekomenda sa pakete ng croissant dough.

b) Igulong ang croissant dough sa isang malinis na ibabaw, at paghiwalayin ito sa mga indibidwal na tatsulok o parihaba, depende sa uri ng kuwarta na mayroon ka.

c) Sa bawat piraso ng kuwarta, i-layer ang mga sumusunod na sangkap; hiniwang pepperoni, ginutay-gutay na mozzarella cheese, at isang sprinkle ng pinatuyong oregano at basil (kung gusto).

d) I-roll up ang kuwarta, simula sa mas malawak na dulo, upang lumikha ng hugis ng cruffin. I-seal ang mga gilid upang maiwasan ang pagbuhos ng laman habang nagluluto.

e) Ilagay ang mga inihandang cruffin sa isang muffin tin o sa isang baking sheet na nilagyan ng parchment paper.

f) Maghurno sa preheated oven para sa oras na nakasaad sa croissant dough package o hanggang ang cruffins ay ginintuang kayumanggi at ang keso ay natunaw at bubbly.

g) Kung gusto mo, maaari mong ihain ang Pepperoni at Mozzarella Cruffins na may isang gilid ng tomato sauce para sa paglubog.

MGA CROISSANT

51. Pink Rose at Pistachio Dipped Croissant

MGA INGREDIENTS:
- 1 tasang buong gatas
- ¾ tasa ng maligamgam na tubig
- 2 (4-½ kutsarita) na sobre Yeast
- 4 na tasang all-purpose na harina
- 1 ¼ tasang unsalted butter, malamig
- 4 na kutsarang asukal
- 2 kutsarita ng asin sa dagat
- 1 itlog
- Kurot ng asin
- Natutunaw ang pink candy
- 1 tasang tinadtad na pistachios
- 1 tasa ng freeze-dried raspberry

MGA TAGUBILIN:
MGA CROISSANT:
a) Paghaluin ang tubig at gatas, magpainit hanggang 100°-110°F. Ibuhos ang ¼ cup sa isang maliit na mangkok at i-dissolve ang yeast, hayaang tumayo ng 5 minuto o hanggang mabula.
b) Sa isang malaking mangkok, haluin ang harina at ¼ tasa ng mantikilya gamit ang isang tinidor, pastry blender, o isang food processor sa isang setting ng kuwarta. Haluin hanggang ang timpla ay magmukhang breadcrumbs. Ihalo ang asukal at asin.
c) Gumawa ng isang balon sa gitna ng harina at ibuhos ang lebadura at ang natitirang gatas at tubig. Paghaluin nang mabuti upang bumuo ng isang masa, masahin sa isang bahagyang floured surface hanggang makinis, mga 6 na minuto. Bumalik sa mangkok, takpan ng plastic wrap, at hayaang magpahinga ng 20 minuto.
d) Linya ang dalawang baking sheet na may parchment paper; kakailanganin ang mga ito para sa paglamig ng mga hakbang ng kuwarta.
e) Ilagay ang natitirang mantikilya sa pagitan ng 2 sheet ng wax o parchment paper at patagin gamit ang rolling pin hanggang sa ito ay pantay at humigit-kumulang 7" x 7" square, palamigin hanggang handa nang gamitin.
f) Ilabas ang kuwarta sa ibabaw ng bahagyang harina, at igulong ito sa 10" x 10" parisukat.
g) Ilagay ang pinatag na parisukat ng mantikilya sa ibabaw ng kuwarta, pinaikot sa hugis diyamante (ang mga sulok ng mantikilya ay nakaturo sa

mga tuwid na gilid ng kuwarta), at tiklupin ang mga nakalantad na sulok ng kuwarta sa ibabaw ng mantikilya upang matugunan ang gitna na parang sobre, dahan-dahang kurutin magkasama ang mga gilid. Mag-ingat na huwag mag-overlap ang kuwarta, matugunan lamang ang mga gilid nang magkasama. Palamigin ng 20 minuto.

h) Simulan ang paggulong ng kuwarta mula sa gitna palabas, na lumikha ng isang parihaba na 24" ang haba at 10" ang lapad. Subukang panatilihing tuwid at parisukat ang mga gilid at sulok. Tiklupin sa pangatlo, tanggalin ang labis na harina habang lumalakad ka, dalhin ang kaliwang pangatlo sa itaas ng pangatlo sa gitna, pagkatapos ay tiklupin ang kanang pangatlo sa ibabaw ng stack, natitira kang may 10" x 8" na parihaba. Takpan ng plastic wrap at palamigin ng 20 minuto.

i) I-rotate ang rectangle nang pahalang at igulong ito sa 24" x 10" at tiklupin itong muli sa pangatlo, palamigin ng 20 minuto.

j) Susunod, i-roll ang rectangle sa 24" x 16", gupitin ang mahabang bahagi ng kuwarta sa kalahati, para magkaroon ka ng dalawang 12" x 16" na piraso, ilagay ang isa sa ibabaw ng isa, ihanay ang mga ginupit na gilid, takpan ng plastic wrap , at palamigin sa refrigerator sa loob ng 20 minuto.

k) Pagulungin ang bawat piraso sa 20" x 12", gupitin sa kalahati nang pahaba para magkaroon ka ng dalawang piraso na 20" ang haba x 6" ang lapad, takpan at palamigin ng isa pang 10 minuto.

l) Simula sa unang piraso, igulong ang kuwarta na 30" ang haba at 8" ang lapad. Gumawa ng mga tatsulok gamit ang isang ruler, sukatin ang 5" increments pababa sa mahabang gilid, gupitin ang isang maliit na hiwa sa bawat pagitan.

m) Sa kabilang panig, gawin ang parehong, simulan ang mga bingaw sa gitna ng iba pang mga marka upang lumikha ka ng isang "punto" sa iyong tatsulok. Gamit ang isang pizza cutter, ikonekta ang lahat ng mga marka upang ikaw ay naiwan ng 11 triangles, kasama ang dalawang halves, na maaari mong pindutin nang magkasama upang makagawa ng isa pang tatsulok, 12 sa kabuuan.

n) Isa-isa, igulong nang mahigpit ang bawat tatsulok mula sa base hanggang sa dulo, alisin ang anumang labis na harina habang pupunta ka. Ilagay sa isang baking sheet sa 3 hilera ng 4 na pantay-pantay, ang mga tip ay nakasuksok sa ilalim, at hayaang tumaas sa isang mainit na lugar hanggang sa dumoble ang laki, o mga isang oras. Ulitin ang proseso para sa pangalawang piraso ng kuwarta.

o) Painitin muna ang oven sa 350°F o convection bake sa 325°F. Sa isang maliit na mangkok, talunin ang itlog na may isang pakurot ng asin, i-brush ang mga croissant na may egg wash, at maghurno ng 20-25 minuto o hanggang sa malalim na ginintuang kayumanggi.

PAGLUBOS:

p) Matunaw ang mga natutunaw na pink na kendi na sumusunod sa mga direksyon sa pakete.

q) I-chop ang 1 tasa ng pistachios at itabi.

r) Durog na durugin ang 1 tasa ng freeze-dried raspberries at itabi.

s) Isawsaw ang kalahati ng bawat croissant sa tinunaw na pink na kendi at ilagay ito sa wire rack.

t) Kaagad na iwisik ang mga tinadtad na pistachio o dinurog na freeze-dried na raspberry sa ibabaw ng inisawsaw na kalahati ng mga croissant at dahan-dahang idiin ang mga ito sa wet candy melt.

u) Ulitin ang proseso ng paglubog at pagwiwisik para sa natitirang mga croissant.

v) Hayaang matunaw ang kendi bago ihain, humigit-kumulang 15 minuto.

52. Lavender Honey Croissant

MGA INGREDIENTS:
- Pangunahing croissant dough
- ¼ tasang pulot
- 1 kutsarang tuyo na culinary lavender
- 1 itlog na pinalo ng 1 kutsarang tubig

MGA TAGUBILIN:
a) Igulong ang croissant dough sa isang malaking parihaba.
b) Gupitin ang kuwarta sa mga tatsulok.
c) Sa isang maliit na mangkok, paghaluin ang honey at lavender.
d) Ikalat ang isang manipis na layer ng lavender honey sa ilalim na kalahati ng bawat croissant.
e) Palitan ang itaas na kalahati ng croissant at pindutin nang dahan-dahan.
f) Ilagay ang mga croissant sa isang may linyang baking sheet, lagyan ng egg wash, at hayaang tumaas ng 1 oras.
g) Painitin muna ang oven sa 400°F (200°C) at i-bake ang mga croissant sa loob ng 20-25 minuto hanggang maging golden brown.

53. Rose Petal Croissant

MGA INGREDIENTS:
- Pangunahing croissant dough
- ¼ tasa ng pinatuyong talulot ng rosas
- ¼ tasa ng asukal
- 1 itlog na pinalo ng 1 kutsarang tubig

MGA TAGUBILIN:
a) Igulong ang croissant dough sa isang malaking parihaba.
b) Gupitin ang kuwarta sa mga tatsulok.
c) Sa isang mangkok ng paghahalo, pagsamahin ang mga tuyong talulot ng rosas at asukal.
d) Iwiwisik ang halo ng talulot ng rosas sa ibabang kalahati ng bawat croissant.
e) Palitan ang itaas na kalahati ng croissant at pindutin nang dahan-dahan.
f) Ilagay ang mga croissant sa isang may linyang baking sheet, lagyan ng egg wash, at hayaang tumaas ng 1 oras.
g) Painitin muna ang oven sa 400°F (200°C) at i-bake ang mga croissant sa loob ng 20-25 minuto hanggang maging golden brown.

54. Orange Blossom Croissant

MGA INGREDIENTS:
- Pangunahing croissant dough
- ¼ tasa ng orange blossom na tubig
- ¼ tasa ng asukal
- 1 itlog na pinalo ng 1 kutsarang tubig

MGA TAGUBILIN:
a) Igulong ang croissant dough sa isang malaking parihaba.
b) Gupitin ang kuwarta sa mga tatsulok.
c) Sa isang maliit na mangkok, paghaluin ang orange blossom na tubig at asukal.
d) Ikalat ang isang manipis na layer ng orange blossom mixture sa ilalim na kalahati ng bawat croissant.
e) Palitan ang itaas na kalahati ng croissant at pindutin nang dahan-dahan.
f) Ilagay ang mga croissant sa isang may linyang baking sheet, lagyan ng egg wash, at hayaang tumaas ng 1 oras.
g) Painitin muna ang oven sa 400°F (200°C) at i-bake ang mga croissant sa loob ng 20-25 minuto hanggang maging golden brown.

55. Mga Croissant ng Chamomile

MGA INGREDIENTS:
- Pangunahing croissant dough
- ¼ tasa dahon ng chamomile tea
- ¼ tasa ng asukal
- 1 itlog na pinalo ng 1 kutsarang tubig

MGA TAGUBILIN:
a) Igulong ang croissant dough sa isang malaking parihaba.
b) Gupitin ang kuwarta sa mga tatsulok.
c) Sa isang mangkok ng paghahalo, pagsamahin ang mga dahon ng chamomile tea at asukal.
d) Budburan ang chamomile sugar mixture sa ilalim na kalahati ng bawat croissant.
e) Palitan ang itaas na kalahati ng croissant at pindutin nang dahan-dahan.
f) Ilagay ang mga croissant sa isang may linyang baking sheet, lagyan ng egg wash, at hayaang tumaas ng 1 oras.
g) Painitin muna ang oven sa 400°F (200°C) at i-bake ang mga croissant sa loob ng 20-25 minuto hanggang maging golden brown.

56. Hibiscus Croissant

MGA INGREDIENTS:
- Pangunahing croissant dough
- ¼ tasa ng pinatuyong bulaklak ng hibiscus
- ¼ tasa ng asukal
- 1 itlog na pinalo ng 1 kutsarang tubig

MGA TAGUBILIN:

a) Igulong ang croissant dough sa isang malaking parihaba.

b) Gupitin ang kuwarta sa mga tatsulok.

c) Sa isang mangkok ng paghahalo, pagsamahin ang mga pinatuyong bulaklak ng hibiscus at asukal.

d) Iwiwisik ang hibiscus sugar mixture sa ilalim na kalahati ng bawat croissant.

e) Palitan ang itaas na kalahati ng croissant at pindutin nang dahan-dahan.

f) Ilagay ang mga croissant sa isang may linyang baking sheet, lagyan ng egg wash, at hayaang tumaas ng 1 oras.

g) Painitin muna ang oven sa 400°F (200°C) at i-bake ang mga croissant sa loob ng 20-25 minuto hanggang maging golden brown.

57. Jasmine Croissant

MGA INGREDIENTS:
- Pangunahing croissant dough
- ¼ tasang dahon ng tsaa ng jasmine
- ¼ tasa ng asukal
- 1 itlog na pinalo ng 1 kutsarang tubig

MGA TAGUBILIN:
a) Igulong ang croissant dough sa isang malaking parihaba.
b) Gupitin ang kuwarta sa mga tatsulok.
c) Sa isang mixing bowl, pagsamahin ang jasmine tea leaves at asukal.
d) Iwiwisik ang pinaghalong asukal sa jasmine sa ilalim na kalahati ng bawat croissant.
e) Palitan ang itaas na kalahati ng croissant at pindutin nang dahan-dahan.
f) Ilagay ang mga croissant sa isang may linyang baking sheet, lagyan ng egg wash, at hayaang tumaas ng 1 oras.
g) Painitin muna ang oven sa 400°F (200°C) at i-bake ang mga croissant sa loob ng 20-25 minuto hanggang maging golden brown.

58. Butterfly Pea Flower Croissant

MGA INGREDIENTS:
CROISSANT DOUGH:
- 500 gramo ng all-purpose na harina
- 50 gramo ng butil na asukal
- 8 gramo ng butterfly pea flower powder
- 7 gramo ng aktibong dry yeast
- 250 ML ng mainit na gatas
- 100 gramo ng unsalted butter, pinalambot
- 1 kutsarita ng asin

BUTTER BLOCK:
- 250 gramo ng unsalted butter, pinalamig at gupitin sa manipis na hiwa
- Paghugas ng Itlog:
- 1 malaking itlog
- 1 kutsarang gatas

MGA TAGUBILIN:
Ihanda ang BUTTERFLY PEA FLOWER CROISSANT DOUGH:
a) Sa isang malaking mixing bowl, haluin ang all-purpose flour, granulated sugar, butterfly pea flower powder, active dry yeast, at asin.
b) Dahan-dahang idagdag ang mainit na gatas sa mga tuyong sangkap at ihalo hanggang sa mabuo ang masa.
c) Knead ang kuwarta sa isang floured surface para sa mga 5-7 minuto hanggang makinis at elastic.
d) Hugis bola ang kuwarta, takpan ito ng plastic wrap, at hayaang magpahinga ng 15 minuto.
e) Isama ang Butter Block:
f) Sa ibabaw ng floured, igulong ang pinalambot na unsalted butter sa isang 6x10-inch na parihaba.
g) Ilagay ang bloke ng mantikilya sa dalawang-katlo ng kuwarta, na iniiwan ang pangatlo na walang mantikilya.
h) I-fold ang unbuttered third sa gitnang third, at pagkatapos ay tiklop ang buttered third sa ibabaw nito. Ito ay tinatawag na "letter fold."
i) I-rotate ang kuwarta 90 degrees at igulong muli ito sa isang parihaba. Magsagawa ng isa pang letter fold.
j) I-wrap ang kuwarta sa plastic wrap at palamigin ng 30 minuto.
k) Ulitin ang proseso ng rolling at folding nang dalawang beses, pinalamig ang kuwarta sa loob ng 30 minuto sa pagitan ng bawat fold.

l) Pagkatapos ng huling tiklop, palamigin ang kuwarta nang hindi bababa sa 2 oras o mas mabuti sa magdamag.

HUMUHA NG MGA CROISSANT:

m) Sa ibabaw ng bahagyang floured, igulong ang croissant dough sa isang malaking parihaba na humigit-kumulang 1/4 pulgada ang kapal.

n) Gupitin ang kuwarta sa mga tatsulok sa pamamagitan ng paggawa ng mga diagonal na hiwa na humigit-kumulang 4-5 pulgada ang lapad sa base ng rektanggulo.

o) Simula sa base ng bawat tatsulok, dahan-dahang igulong ang mga ito patungo sa dulo upang bumuo ng mga croissant.

p) Ilagay ang mga croissant sa isang baking sheet na nilagyan ng parchment paper, na nag-iiwan ng sapat na espasyo sa pagitan ng mga ito para sa pagpapalawak.

q) Takpan ang mga croissant ng isang malinis na tuwalya sa kusina at hayaang tumaas ang mga ito sa temperatura ng kuwarto sa loob ng 1 hanggang 2 oras, o hanggang dumoble ang laki.

r) Painitin at Hugasan ang Itlog:

s) Painitin muna ang iyong oven sa 375°F (190°C).

t) Sa isang maliit na mangkok, haluin ang itlog at gatas upang hugasan ang itlog.

MAGBAKE NG PARU-PARU-PARUONG MGA BULAKLAK NA CROISSANTS:

u) I-brush ang risen croissant na may egg wash.

v) Ihurno ang mga croissant sa preheated oven sa loob ng 15 hanggang 20 minuto, o hanggang maging golden brown ang mga ito.

w) Ihain at Tangkilikin:

59. Raspberry Rose Lychee Croissant

MGA INGREDIENTS:
CROISSANT DOUGH:
- 500 gramo ng all-purpose na harina
- 50 gramo ng butil na asukal
- 7 gramo ng aktibong dry yeast
- 250 ML ng mainit na gatas
- 100 gramo ng unsalted butter, pinalambot
- 1 kutsarita ng asin
- Butter Block:
- 250 gramo ng unsalted butter, pinalamig at gupitin sa manipis na hiwa

PAGPUPUNO:
- 1 tasang sariwang raspberry
- 1 tasa ng de-latang lychee, pinatuyo at tinadtad
- 2 kutsarang rosas na tubig
- 2 kutsarang butil na asukal

GLAZE:
- 1/2 tasa ng asukal sa pulbos
- 1 kutsarang rosas na tubig
- Mga sariwang talulot ng rosas (opsyonal, para sa dekorasyon)

MGA TAGUBILIN:

IHANDA ANG CROISSANT DOUGH:

a) Sa isang malaking mixing bowl, haluin ang all-purpose flour, granulated sugar, at active dry yeast.

b) Dahan-dahang idagdag ang mainit na gatas sa mga tuyong sangkap at ihalo hanggang sa mabuo ang masa.

c) Knead ang kuwarta sa isang floured surface para sa mga 5-7 minuto hanggang makinis at elastic.

d) Hugis bola ang kuwarta, takpan ito ng plastic wrap, at hayaang magpahinga ng 15 minuto.

Isama ang BUTTER BLOCK:

e) Sa ibabaw ng floured, igulong ang pinalambot na unsalted butter sa isang 6x10-inch na parihaba.

f) Ilagay ang bloke ng mantikilya sa dalawang-katlo ng kuwarta, na iniiwan ang pangatlo na walang mantikilya.

g) I-fold ang unbuttered third sa gitnang third, at pagkatapos ay tiklop ang buttered third sa ibabaw nito. Ito ay tinatawag na "letter fold."

h) I-rotate ang kuwarta 90 degrees at igulong muli ito sa isang parihaba. Magsagawa ng isa pang letter fold.

i) I-wrap ang kuwarta sa plastic wrap at palamigin ng 30 minuto.

j) Ulitin ang proseso ng rolling at folding nang dalawang beses, pinalamig ang kuwarta sa loob ng 30 minuto sa pagitan ng bawat fold.

k) Pagkatapos ng huling tiklop, palamigin ang kuwarta nang hindi bababa sa 2 oras o mas mabuti sa magdamag.

Ihanda ang pagpupuno:

l) Sa isang mangkok, dahan-dahang paghaluin ang mga sariwang raspberry, tinadtad na lychee, rosas na tubig, at butil na asukal. Itabi ang pagpuno.

HUMUHA NG MGA CROISSANT:

m) Sa ibabaw ng bahagyang floured, igulong ang croissant dough sa isang malaking parihaba na humigit-kumulang 1/4 pulgada ang kapal.

n) Gupitin ang kuwarta sa mga tatsulok sa pamamagitan ng paggawa ng mga diagonal na hiwa na humigit-kumulang 4-5 pulgada ang lapad sa base ng rektanggulo.

o) Maglagay ng isang kutsarang puno ng raspberry rose lychee filling sa base ng bawat tatsulok.

p) Simula sa base, dahan-dahang igulong ang bawat tatsulok patungo sa dulo upang bumuo ng mga croissant.

q) Ilagay ang mga croissant sa isang baking sheet na nilagyan ng parchment paper, na nag-iiwan ng sapat na espasyo sa pagitan ng mga ito para sa pagpapalawak.

r) Takpan ang mga croissant ng isang malinis na tuwalya sa kusina at hayaang tumaas ang mga ito sa temperatura ng kuwarto sa loob ng 1 hanggang 2 oras, o hanggang dumoble ang laki.

PREHEAT AT GLAZE:

s) Painitin muna ang iyong oven sa 375°F (190°C).

t) Sa isang maliit na mangkok, paghaluin ang powdered sugar at rose water para maging glaze.

MAGBAKE NG RASPBERRY ROSE LYCHEE CROISSANTS:

u) I-brush ang mga bumangon na croissant gamit ang glaze, magreserba ng ilang glaze para sa ibang pagkakataon.

v) Ihurno ang mga croissant sa preheated oven sa loob ng 15 hanggang 20 minuto, o hanggang maging golden brown ang mga ito.

GLAZE MULI AT GARNISH:

w) Alisin ang mga croissant mula sa oven at i-brush ang mga ito gamit ang natitirang glaze.

x) Kung ninanais, palamutihan ang mga croissant ng mga sariwang petals ng rosas para sa dagdag na katangian ng kagandahan.

60. Mga Blueberry Croissant

MGA INGREDIENTS:
- Pangunahing croissant dough
- 1 tasang sariwang blueberries
- ¼ tasa ng butil na asukal
- 1 kutsarang gawgaw
- 1 itlog na pinalo ng 1 kutsarang tubig

MGA TAGUBILIN:
a) Igulong ang croissant dough sa isang malaking parihaba.
b) Sa isang maliit na mangkok, paghaluin ang mga blueberries, asukal, at gawgaw.
c) Ikalat ang pinaghalong blueberry nang pantay-pantay sa ibabaw ng kuwarta.
d) Gupitin ang kuwarta sa mga tatsulok.
e) Igulong ang bawat tatsulok pataas sa hugis na croissant.
f) Ilagay ang mga croissant sa isang may linyang baking sheet, lagyan ng egg wash, at hayaang tumaas ng 1 oras.
g) Painitin muna ang oven sa 400°F (200°C) at i-bake ang mga croissant sa loob ng 20-25 minuto hanggang maging golden brown.

61. Mga Croissant ng Raspberry

MGA INGREDIENTS:
- Pangunahing croissant dough
- 1 tasang sariwang raspberry
- ¼ tasa ng butil na asukal
- 1 itlog na pinalo ng 1 kutsarang tubig

MGA TAGUBILIN:
a) Igulong ang croissant dough sa isang malaking parihaba.
b) Gupitin ang kuwarta sa mga tatsulok.
c) Maglagay ng mga sariwang raspberry sa bawat croissant.
d) Budburan ng granulated sugar ang mga raspberry.
e) Pagulungin ang bawat tatsulok pataas, simula sa malawak na dulo, at hubugin ito sa isang gasuklay.
f) Ilagay ang mga croissant sa isang may linya na baking sheet, at hayaang tumaas ng 1 oras.
g) Painitin muna ang oven sa 400°F (200°C) at i-bake ang mga croissant sa loob ng 20-25 minuto hanggang maging golden brown.

62. Mga Peach Croissant

MGA INGREDIENTS:
- Pangunahing croissant dough
- 2 hinog na mga milokoton, binalatan at hiniwa
- ¼ tasa ng butil na asukal
- ½ kutsarita ng giniling na kanela
- 1 itlog na pinalo ng 1 kutsarang tubig

MGA TAGUBILIN:
a) Igulong ang croissant dough sa isang malaking parihaba.
b) Sa isang maliit na mangkok, paghaluin ang mga diced peach, asukal, at kanela.
c) Ikalat ang pinaghalong peach nang pantay-pantay sa ibabaw ng kuwarta.
d) Gupitin ang kuwarta sa mga tatsulok.
e) Igulong ang bawat tatsulok pataas sa hugis na croissant.
f) Ilagay ang mga croissant sa isang may linyang baking sheet, lagyan ng egg wash, at hayaang tumaas ng 1 oras.
g) Painitin muna ang oven sa 400°F (200°C) at i-bake ang mga croissant sa loob ng 20-25 minuto hanggang maging golden brown.

63. Mixed Berry Croissant

MGA INGREDIENTS:
- Pangunahing croissant dough
- ½ tasang pinaghalong berry (tulad ng mga blueberry, raspberry, at blackberry)
- ¼ tasa ng butil na asukal
- 1 kutsarang gawgaw
- 1 itlog na pinalo ng 1 kutsarang tubig

MGA TAGUBILIN:
a) Igulong ang croissant dough sa isang malaking parihaba.
b) Sa isang maliit na mangkok, paghaluin ang pinaghalong berries, asukal, at gawgaw.
c) Ikalat ang pinaghalong berry nang pantay-pantay sa ibabaw ng kuwarta.
d) Gupitin ang kuwarta sa mga tatsulok.
e) Igulong ang bawat tatsulok pataas sa hugis na croissant.
f) Ilagay ang mga croissant sa isang may linyang baking sheet, lagyan ng egg wash, at hayaang tumaas ng 1 oras.
g) Painitin muna ang oven sa 400°F (200°C) at i-bake ang mga croissant sa loob ng 20-25 minuto hanggang maging golden brown.

64. Apple Fritter Croissant Bake

MGA INGREDIENTS:
- 6 na kutsarang unsalted butter
- ½ tasa light brown sugar
- 3 mansanas ni Granny Smith, kinaubo at diced
- 3 Fuji apples, kinautot at diced
- ½ tasa at 1 kutsarang mantikilya ng mansanas
- 1 kutsarita ng gawgaw
- 6 malalaking croissant, nakakubo
- ½ tasang mabigat na cream
- 3 pinalo na itlog
- 1 kutsarita vanilla extract
- ¼ kutsarita ng apple pie spice
- ½ tasang may pulbos na asukal

MGA TAGUBILIN:

a) Painitin muna ang oven sa 375°. Mag-spray ng 9 x 13 baking pan na may non-stick cooking spray. Sa isang malaking kawali sa katamtamang init, idagdag ang mantikilya. Kapag natunaw ang mantikilya, ilagay ang brown sugar. Haluin hanggang matunaw ang brown sugar.

b) Idagdag ang mga mansanas sa kawali. Haluin hanggang sa pinagsama. Magluto ng 6 na minuto o hanggang lumambot ang mansanas. Magdagdag ng 1 kutsara ng apple butter at cornstarch sa kawali. Haluin hanggang sa pinagsama. Alisin ang kawali mula sa init.

c) Ikalat ang mga croissant cubes sa baking pan. Kutsara ang mga mansanas sa ibabaw. Sa isang mixing bowl, idagdag ang heavy cream, itlog, vanilla extract, apple pie spice, at ½ cup apple butter. Haluin hanggang sa pagsamahin at ibuhos sa ibabaw ng kaserol.

d) Siguraduhin na ang mga croissant cube ay nababalutan ng likido.

e) Maghurno ng 25 minuto o hanggang sa mailagay ang kaserol sa gitna.

f) Alisin sa oven at iwiwisik ang powdered sugar sa ibabaw. Ihain nang mainit.

65. Blueberry Lemon Croissant

MGA INGREDIENTS:
- Pangunahing croissant dough
- ½ tasa ng blueberries
- 2 kutsarang butil na asukal
- 1 kutsarang gawgaw
- 1 kutsarang lemon zest
- 1 itlog na pinalo ng 1 kutsarang tubig

MGA TAGUBILIN:
a) Igulong ang croissant dough sa isang malaking parihaba.
b) Sa isang maliit na mangkok, paghaluin ang mga blueberry, asukal, gawgaw, at lemon zest.
c) Ikalat ang pinaghalong blueberry nang pantay-pantay sa ibabaw ng kuwarta.
d) Gupitin ang kuwarta sa mga tatsulok.
e) Igulong ang bawat tatsulok pataas sa hugis na croissant.
f) Ilagay ang mga croissant sa isang may linyang baking sheet, lagyan ng egg wash, at hayaang tumaas ng 1 oras.
g) Painitin muna ang oven sa 400°F (200°C) at i-bake ang mga croissant sa loob ng 20-25 minuto hanggang maging golden brown.

66. Cranberry at Orange Croissant

MGA INGREDIENTS:
- 1 sheet ng puff pastry, lasaw
- ¼ tasa ng sarsa ng cranberry
- ¼ tasa orange marmalade
- ¼ tasa ng hiniwang almendras
- 1 itlog, pinalo
- Powdered sugar, para sa pag-aalis ng alikabok

MGA TAGUBILIN:

a) Painitin muna ang iyong oven sa 375°F (190°C).

b) Sa ibabaw ng bahagyang floured, igulong ang puff pastry sa isang malaking parihaba. Gupitin ang pastry sa 4 na pantay na tatsulok.

c) Sa isang mixing bowl, pagsamahin ang cranberry sauce, orange marmalade, at slivered almonds.

d) Ikalat ang isang kutsara ng pinaghalong sa pinakamalawak na bahagi ng bawat tatsulok. Igulong ang mga croissant mula sa pinakamalawak na dulo patungo sa punto.

e) Ilagay ang mga croissant sa isang baking sheet na nilagyan ng parchment paper, at i-brush gamit ang pinalo na itlog.

f) Maghurno ng 15-20 minuto, hanggang sa maging golden brown at malutong ang mga croissant.

g) Alikabok ng may pulbos na asukal bago ihain.

67. Mga Croissant ng Pineapple

MGA INGREDIENTS:
- 1 sheet ng puff pastry, lasaw
- 1 lata ng dinurog na pinya, pinatuyo
- ¼ tasa ng brown sugar
- ¼ tasa unsalted butter, natunaw
- 1 itlog, pinalo
- Powdered sugar, para sa pag-aalis ng alikabok

MGA TAGUBILIN:

a) Painitin muna ang iyong oven sa 375°F (190°C).

b) Sa ibabaw ng bahagyang floured, igulong ang puff pastry sa isang malaking parihaba. Gupitin ang pastry sa 4 na pantay na tatsulok.

c) Sa isang mixing bowl, pagsamahin ang durog na pinya, brown sugar, at tinunaw na mantikilya.

d) Ikalat ang isang kutsara ng pinaghalong pinya sa pinakamalawak na bahagi ng bawat tatsulok. Igulong ang mga croissant mula sa pinakamalawak na dulo patungo sa punto.

e) Ilagay ang mga croissant sa isang baking sheet na nilagyan ng parchment paper, at i-brush gamit ang pinalo na itlog.

f) Maghurno ng 15-20 minuto, hanggang sa maging golden brown at malutong ang mga croissant.

g) Alikabok ng may pulbos na asukal bago ihain.

68. Mga Plum Croissant

MGA INGREDIENTS:
- 1 sheet ng puff pastry, lasaw
- 4-5 plum, hiniwa ng manipis
- 2 kutsarang pulot
- ¼ tasa ng almond flour
- 1 itlog, pinalo
- Powdered sugar, para sa pag-aalis ng alikabok

MGA TAGUBILIN:

a) Painitin muna ang iyong oven sa 375°F (190°C).

b) Sa ibabaw ng bahagyang floured, igulong ang puff pastry sa isang malaking parihaba. Gupitin ang pastry sa 4 na pantay na tatsulok.

c) Sa isang mixing bowl, pagsamahin ang hiniwang plum, honey, at almond flour.

d) Ikalat ang isang kutsara ng pinaghalong plum sa pinakamalawak na bahagi ng bawat tatsulok. Igulong ang mga croissant mula sa pinakamalawak na dulo patungo sa punto.

e) Ilagay ang mga croissant sa isang baking sheet na nilagyan ng parchment paper, at i-brush gamit ang pinalo na itlog.

f) Maghurno ng 15-20 minuto, hanggang sa maging golden brown at malutong ang mga croissant.

g) Alikabok ng may pulbos na asukal bago ihain.

69. Dreamsicle Sourdough Croissant na may Meringue

MGA INGREDIENTS:
CROISSANT DOUGH PREFERMENT:
- 35 gramo ng harina ng tinapay
- 35 gramo ng tubig
- ½ gramo ng aktibong dry yeast

DOUGH:
- 425 gramo ng harina ng tinapay
- 110 gramo ng buong harina ng trigo
- 240 gramo ng buong gatas
- 80 gramo ng tubig
- 75 gramo ng aktibong panimula ng sourdough
- 55 gramo ng pulot
- 25 gramo ng unsalted butter, natunaw
- 12 gramo ng pinong asin sa dagat
- 5 gramo ng aktibong dry yeast
- 330 gramo ng unsalted butter, para sa paglalamina
- 1 malaking itlog

VANILLA-ORANGE PASTRY CREAM:
- 450 gramo ng buong gatas
- 160 gramo ng butil na asukal
- 100 gramo malalaking pula ng itlog
- 20 gramo ng gawgaw
- 3 gramo ng pinong asin sa dagat
- 50 gramo ng unsalted butter
- 10 gramo ng Vanilla Extract + Orange Extract

VANILLA-ORANGE MERINGUE:
- 160 gramo ng puti ng itlog
- 200 gramo ng butil na asukal
- 10 gramo ng Vanilla Extract + Orange Extract
- Kurot ng asin

MGA TAGUBILIN:
PARA SA CROISSANT DOUGH:
a) Ihanda ang kagustuhan sa pamamagitan ng paghahalo ng harina ng tinapay, tubig, at aktibong tuyong lebadura sa isang medium na mangkok. Takpan at i-ferment sa loob ng 12 oras.

b) Sa isang stand mixer na nilagyan ng dough hook attachment, pagsamahin ang gusto, bread flour, whole wheat flour, whole milk, water, sourdough starter, honey, melted butter, asin, at active dry yeast. Haluin hanggang sa mabuo ang isang makinis na masa.

c) Takpan ang kuwarta at hayaang mag-ferment sa temperatura ng kuwarto sa loob ng 1 oras. Pagkatapos ay tiklupin ito ng isang beses at palamigin magdamag.

d) Igulong ang unsalted butter para sa lamination sa isang 6" x 10" na parihaba. Laminate ang kuwarta gamit ang one-layer lock-in at magsagawa ng 2 letter folds.

e) Hayaang magpahinga ang kuwarta sa refrigerator sa loob ng 1 oras. Magsagawa ng 1 pang letter fold at magpahinga ng 1 higit pang oras sa refrigerator.

f) Pagulungin ang kuwarta sa isang ¼-inch na kapal, 9" ang taas na parihaba. Gupitin ang mga gilid at gupitin sa mga tatsulok.

g) I-roll up ang bawat tatsulok mula sa base hanggang sa dulo upang bumuo ng mga croissant. Ilagay ang mga ito sa isang baking sheet at patunayan sa loob ng 1 hanggang 2 oras, o hanggang dumoble ang laki.

h) Painitin muna ang oven sa 400F. I-brush ang mga croissant gamit ang egg wash at maghurno sa 375F sa loob ng 20 hanggang 30 minuto hanggang maging golden brown. Hayaang lumamig bago i-assemble ang pastry.

PARA SA VANILLA-ORANGE PASTRY CREAM:

i) Sa isang medium saucepan, init ang buong gatas hanggang sa kumulo.

j) Sa isang hiwalay na mangkok, haluin ang butil na asukal, pula ng itlog, cornstarch, at asin hanggang sa makinis.

k) Dahan-dahang ibuhos ang mainit na gatas sa pinaghalong itlog habang patuloy na hinahalo.

l) Ibalik ang timpla sa kasirola at lutuin sa katamtamang init, patuloy na paghahalo, hanggang sa lumapot.

m) Alisin sa init at ihalo ang unsalted butter at Vanilla Extract + Orange Extract.

n) Ilagay ang pastry cream sa isang piping bag at palamigin hanggang sa ganap na lumamig.

PARA SA VANILLA-ORANGE MERINGUE:

o) Mag-set up ng double boiler at haluin ang mga puti ng itlog, butil na asukal, at asin hanggang sa matunaw ang asukal.

p) Ilipat ang pinaghalong sa isang stand mixer at talunin sa medium-high hanggang makinis at makintab.

q) Haluin ang Vanilla Extract + Orange Extract at itabi hanggang handa na mag-assemble.

UPANG MAGTIPON AT MAGLINGKOD:

r) Gumamit ng maliit na paring knife para mabutas ang ilalim ng bawat croissant nang tatlong beses nang pahaba.

s) Mag-pipe ng 2-3 kutsarita ng vanilla-orange na pastry cream sa bawat butas ng butas.

t) Ikalat ang vanilla-orange meringue sa kalahati ng pastry nang pahaba.

u) Brûlée ang meringue gamit ang isang tanglaw hanggang sa malalim na kayumanggi.

v) I-enjoy ang iyong masarap na Dreamsicle Sourdough Croissant na may Vanilla, Orange, at Meringue!

70. Chocolate chip croissant

MGA INGREDIENTS:
- 1½ tasa Mantikilya o margarin, pinalambot
- ¼ tasang all-purpose Flour
- ¾ tasa ng Gatas
- 2 kutsarang Asukal
- 1 kutsarita ng Asin
- ½ tasa Napakainit na tubig
- 2 pack ng Active dry yeast
- 3 tasang Flour, hindi tinatag
- 12 ounces Chocolate chips
- 1 pula ng itlog
- 1 kutsarang Gatas

MGA TAGUBILIN:
a) Gamit ang isang kutsara, talunin ang mantikilya, at ¼ tasa ng harina hanggang makinis. Ikalat sa waxed paper sa isang parihaba 12x6. Palamigin. Init ang ¾ tasa ng gatas; haluin ang 2 kutsarang asukal, asin para matunaw.
b) Palamig hanggang maligamgam. Budburan ng tubig na may lebadura; haluin para matunaw. Gamit ang isang kutsara, talunin ang pinaghalong gatas at 3 tasa ng harina hanggang sa makinis.
c) I-on ang lightly floured pastry cloth; masahin hanggang makinis. Hayaang tumaas, natatakpan, sa isang mainit na lugar, walang mga draft, hanggang sa doble -- mga 1 oras. Palamigin ng ½ oras.
d) Sa lightly floured pastry cloth, gumulong sa 14x14 rectangle.
e) Ilagay ang pinaghalong mantikilya sa kalahati ng kuwarta; tanggalin ang papel. Tiklupin ang iba pang kalahati sa mantikilya; kurutin ang mga gilid upang mai-seal. Gamit ang fold sa kanan, gumulong mula sa gitna hanggang 20x8.
f) Mula sa maikling bahagi, tiklupin ang kuwarta sa ikatlo, na gumagawa ng 3 layer; mga gilid ng selyo; palamigin ng 1 oras na nakabalot sa foil. Sa fold sa kaliwa, gumulong sa 20x8; tiklop; palamigin ng ½ oras. Ulitin.
g) Chill magdamag. Sa susunod na araw, gumulong; tiklop ng dalawang beses; palamig ½ oras sa pagitan. Pagkatapos ay palamigin ng 1 oras.
h) Upang hubugin: gupitin ang kuwarta sa 4 na bahagi. Sa lightly floured pastry cloth, igulong ang bawat isa sa 12-pulgadang bilog. Gupitin ang bawat bilog sa 6 na wedges.

i) Budburan ang mga wedge ng chocolate chips -- mag-ingat na mag-iwan ng ½-inch na margin sa buong paligid at huwag mag-overstuff sa mga chips. Roll up simula sa malawak na dulo. Form into a crescent. Ilagay ang point side pababa, 2" ang pagitan sa brown na papel sa isang cookie sheet.

j) Takpan; hayaang tumaas sa isang mainit na lugar, walang mga draft hanggang doble, 1 oras.

k) Painitin ang oven sa 425. brush na may pinalo na pula ng itlog at ihalo sa 1 kutsarang gatas. Maghurno ng 5 minuto, pagkatapos ay bawasan ang oven sa 375; maghurno ng 10 minuto pa o hanggang sa puffed at browned ang mga croissant.

l) Palamigin sa isang rack sa loob ng 10 minuto.

71. Mga croissant ng banana eclair

MGA INGREDIENTS:
- 4 Mga frozen na croissant
- 2 parisukat ng semi-matamis na tsokolate
- 1 kutsarang Mantikilya
- ¼ tasa ng asukal sa sifted confectioners
- 1 kutsarita ng mainit na tubig; hanggang 2
- 1 tasang vanilla pudding
- 2 medium na saging; hiniwa

MGA TAGUBILIN:
a) Gupitin ang mga frozen na croissant sa kalahating pahaba; sabay alis. Painitin ang frozen croissant sa isang ungreased baking sheet sa preheated 325°F. oven 9-11 minuto.
b) Matunaw ang tsokolate at mantikilya nang magkasama. Paghaluin ang asukal at tubig upang makagawa ng isang nakakalat na glaze.
c) Ikalat ang ¼ cup pudding sa ilalim na kalahati ng bawat croissant. Ibabaw na may hiniwang saging.
d) Palitan ang mga croissant top; ambon sa chocolate glaze.
e) maglingkod.

72. Chocolate Croissant

MGA INGREDIENTS:
- Pangunahing croissant dough
- 6 ounces semisweet chocolate, tinadtad
- 1 itlog na pinalo ng 1 kutsarang tubig

MGA TAGUBILIN:
a) Igulong ang croissant dough sa isang malaking parihaba.
b) Gupitin ang kuwarta sa mga tatsulok.
c) Maglagay ng maliit na dakot ng tinadtad na tsokolate sa malawak na dulo ng bawat tatsulok.
d) Pagulungin ang bawat tatsulok pataas, simula sa malawak na dulo, at hubugin ito sa isang gasuklay.
e) Ilagay ang mga croissant sa isang may linyang baking sheet, lagyan ng egg wash, at hayaang tumaas ng 1 oras.
f) Painitin muna ang oven sa 400°F (200°C) at i-bake ang mga croissant sa loob ng 20-25 minuto hanggang maging golden brown.

73. S'mores Croissant

MGA INGREDIENTS:
- 1 sheet ng puff pastry, lasaw
- ¼ tasa ng Nutella
- ¼ tasa ng mini marshmallow
- ¼ tasa ng graham cracker crumbs
- 1 itlog, pinalo
- Powdered sugar, para sa pag-aalis ng alikabok

MGA TAGUBILIN:

a) Painitin muna ang oven sa temperaturang nakasaad sa puff pastry package. Karaniwan, ito ay nasa paligid ng 375°F (190°C).

b) Sa ibabaw ng bahagyang floured, ibuka ang lasaw na puff pastry sheet at igulong ito nang bahagya sa pantay na kapal.

c) Gamit ang kutsilyo o pizza cutter, gupitin ang puff pastry sa mga tatsulok. Dapat kang makakuha ng humigit-kumulang 6-8 na tatsulok, depende sa laki na gusto mo.

d) Ikalat ang isang manipis na layer ng Nutella sa bawat tatsulok ng puff pastry, na nag-iiwan ng maliit na hangganan sa paligid ng mga gilid.

e) Iwiwisik ang mga mumo ng graham cracker sa ibabaw ng layer ng Nutella sa bawat tatsulok.

f) Maglagay ng ilang mini marshmallow sa ibabaw ng graham cracker crumbs, pantay-pantay na ipamahagi ang mga ito sa tatsulok.

g) Simula sa mas malawak na dulo ng bawat tatsulok, maingat na igulong ang pastry patungo sa matulis na dulo, na bumubuo ng hugis na croissant. Siguraduhing i-seal ang mga gilid upang maiwasang tumulo ang laman.

h) Ilagay ang mga inihandang croissant sa isang baking sheet na nilagyan ng parchment paper, na nag-iiwan ng ilang espasyo sa pagitan ng mga ito upang lumawak habang nagluluto.

i) I-brush ang tuktok ng bawat croissant ng pinalo na itlog, na magbibigay sa kanila ng magandang gintong kulay kapag inihurnong.

j) Ihurno ang S'mores Croissants sa preheated oven sa loob ng mga 15-18 minuto o hanggang sila ay maging golden brown at puffed up.

k) Kapag naluto na, alisin ang mga croissant sa oven at hayaang lumamig nang bahagya sa wire rack.

l) Bago ihain, lagyan ng pulbos na asukal ang S'mores Croissant, magdagdag ng tamis at kaakit-akit na pagtatapos.

m) I-enjoy ang iyong masarap na lutong bahay na S'mores Croissant bilang masarap na pagkain para sa almusal, dessert, o anumang oras na gusto mo ng masarap na kumbinasyon ng Nutella, marshmallow, at graham crackers.

74. Pistachio Croissant

MGA INGREDIENTS:
- Pangunahing croissant dough
- 1 tasang pistachios, tinadtad
- ¼ tasa ng butil na asukal
- ¼ tasa unsalted butter, pinalambot
- 1 itlog na pinalo ng 1 kutsarang tubig

MGA TAGUBILIN:
a) Igulong ang croissant dough sa isang malaking parihaba.
b) Gupitin ang kuwarta sa mga tatsulok.
c) Sa isang mixing bowl, pagsamahin ang tinadtad na pistachios, asukal, at pinalambot na mantikilya.
d) Ikalat ang halo ng pistachio sa ilalim na kalahati ng bawat croissant.
e) Palitan ang itaas na kalahati ng croissant at pindutin nang dahan-dahan.
f) Ilagay ang mga croissant sa isang may linyang baking sheet, lagyan ng egg wash, at hayaang tumaas ng 1 oras.
g) Painitin muna ang oven sa 400°F (200°C) at i-bake ang mga croissant sa loob ng 20-25 minuto hanggang maging golden brown.

75. Hazelnut Chocolate Croissant

MGA INGREDIENTS:
- Pangunahing croissant dough
- ½ tasa ng mga hazelnut, tinadtad
- ½ tasang chocolate chips
- ¼ tasa ng butil na asukal
- ¼ tasa unsalted butter, pinalambot
- 1 itlog na pinalo ng 1 kutsarang tubig

MGA TAGUBILIN:

a) Igulong ang croissant dough sa isang malaking parihaba.

b) Gupitin ang kuwarta sa mga tatsulok.

c) Sa isang mixing bowl, pagsamahin ang mga tinadtad na hazelnuts, chocolate chips, asukal, at pinalambot na mantikilya.

d) Ikalat ang hazelnut chocolate mixture sa ilalim na kalahati ng bawat croissant.

e) Palitan ang itaas na kalahati ng croissant at pindutin nang dahan-dahan.

f) Ilagay ang mga croissant sa isang may linyang baking sheet, lagyan ng egg wash, at hayaang tumaas ng 1 oras.

g) Painitin muna ang oven sa 400°F (200°C) at i-bake ang mga croissant sa loob ng 20-25 minuto hanggang maging golden brown.

76. Pecan Cinnamon Croissant

MGA INGREDIENTS:
- Pangunahing croissant dough
- 1 tasang pecan, tinadtad
- ¼ tasa ng butil na asukal
- ¼ tasa unsalted butter, pinalambot
- 1 kutsarita ng kanela
- 1 itlog na pinalo ng 1 kutsarang tubig

MGA TAGUBILIN:
a) Igulong ang croissant dough sa isang malaking parihaba.
b) Gupitin ang kuwarta sa mga tatsulok.
c) Sa isang mangkok ng paghahalo, pagsamahin ang mga tinadtad na pecan, asukal, pinalambot na mantikilya, at kanela.
d) Ikalat ang pinaghalong pecan sa ilalim na kalahati ng bawat croissant.
e) Palitan ang itaas na kalahati ng croissant at pindutin nang dahan-dahan.
f) Ilagay ang mga croissant sa isang may linyang baking sheet, lagyan ng egg wash, at hayaang tumaas ng 1 oras.
g) Painitin muna ang oven sa 400°F (200°C) at i-bake ang mga croissant sa loob ng 20-25 minuto hanggang maging golden brown.

77. Mga Croissant ng Walnut

MGA INGREDIENTS:
- Pangunahing croissant dough
- 1 tasa ng mga walnut, tinadtad
- ¼ tasa ng butil na asukal
- ¼ tasa unsalted butter, pinalambot
- 1 itlog na pinalo ng 1 kutsarang tubig

MGA TAGUBILIN:
a) Igulong ang croissant dough sa isang malaking parihaba.
b) Gupitin ang kuwarta sa mga tatsulok.
c) Sa isang mangkok ng paghahalo, pagsamahin ang tinadtad na mga walnuts, asukal, at pinalambot na mantikilya.
d) Ikalat ang pinaghalong walnut sa ilalim na kalahati ng bawat croissant.
e) Palitan ang itaas na kalahati ng croissant at pindutin nang dahan-dahan.
f) Ilagay ang mga croissant sa isang may linyang baking sheet, lagyan ng egg wash, at hayaang tumaas ng 1 oras.
g) Painitin muna ang oven sa 400°F (200°C) at i-bake ang mga croissant sa loob ng 20-25 minuto hanggang maging golden brown.

78. Mixed Nut Croissant

MGA INGREDIENTS:
- Pangunahing croissant dough
- ½ tasa ng mga almendras, tinadtad
- ½ tasa ng mga hazelnut, tinadtad
- ½ tasang pecan, tinadtad
- ¼ tasa ng butil na asukal
- ¼ tasa unsalted butter, pinalambot
- 1 itlog na pinalo ng 1 kutsarang tubig

MGA TAGUBILIN:

a) Igulong ang croissant dough sa isang malaking parihaba.

b) Gupitin ang kuwarta sa mga tatsulok.

c) Sa isang mangkok ng paghahalo, pagsamahin ang mga tinadtad na almendras, hazelnuts, pecans, asukal, at pinalambot na mantikilya.

d) Ikalat ang pinaghalong nut mixture sa ilalim na kalahati ng bawat croissant.

e) Palitan ang itaas na kalahati ng croissant at pindutin nang dahan-dahan.

f) Ilagay ang mga croissant sa isang may linyang baking sheet, lagyan ng egg wash, at hayaang tumaas ng 1 oras.

g) Painitin muna ang oven sa 400°F (200°C) at i-bake ang mga croissant sa loob ng 20-25 minuto hanggang maging golden brown.

79. Chocolate Hazelnut Croissant

MGA INGREDIENTS:
- Pangunahing croissant dough
- ½ tasa ng Nutella o chocolate hazelnut spread
- ¼ tasa tinadtad na mga hazelnut
- 1 itlog na pinalo ng 1 kutsarang tubig

MGA TAGUBILIN:
a) Igulong ang croissant dough sa isang malaking parihaba.
b) Gupitin ang kuwarta sa mga tatsulok.
c) Ikalat ang isang manipis na layer ng Nutella sa ibabang kalahati ng bawat croissant.
d) Iwiwisik ang tinadtad na mga hazelnut sa ibabaw ng Nutella.
e) Palitan ang itaas na kalahati ng croissant at pindutin nang dahan-dahan.
f) Ilagay ang mga croissant sa isang may linyang baking sheet, lagyan ng egg wash, at hayaang tumaas ng 1 oras.
g) Painitin muna ang oven sa 400°F (200°C) at i-bake ang mga croissant sa loob ng 20-25 minuto hanggang maging golden brown.

80. Cinnamon Finger Bun Croissant

MGA INGREDIENTS:
CROISSANT DOUGH:
- 500 gramo ng all-purpose na harina
- 60 gramo ng butil na asukal
- 10 gramo ng asin
- 7 gramo ng aktibong dry yeast
- 250 ML ng mainit na gatas
- 250 gramo ng unsalted butter, pinalamig at gupitin sa manipis na hiwa

PAGPUPUNO:
- 100 gramo ng unsalted butter, pinalambot
- 80 gramo ng brown sugar
- 2 kutsarita ng giniling na kanela

ICING:
- 150 gramo ng asukal sa pulbos
- 2 kutsarang gatas
- 1/2 kutsarita vanilla extract

MGA TAGUBILIN:
IHANDA ANG CROISSANT DOUGH:
a) Sa isang malaking mixing bowl, haluin ang all-purpose flour, granulated sugar, asin, at active dry yeast.
b) Dahan-dahang idagdag ang mainit na gatas sa mga tuyong sangkap at ihalo hanggang sa mabuo ang masa.
c) Knead ang kuwarta sa isang floured surface para sa mga 5-7 minuto hanggang makinis at elastic.
d) Hugis bola ang kuwarta, takpan ito ng plastic wrap, at hayaang magpahinga ng 15 minuto.
e) Pagulungin ang kuwarta sa isang parihaba na halos 1/4 pulgada ang kapal.
f) Ilagay ang pinalamig na mga hiwa ng unsalted butter sa dalawang-katlo ng kuwarta, na iniiwan ang pangatlo na walang mantikilya.
g) I-fold ang unbuttered third sa gitnang third, at pagkatapos ay tiklop ang buttered third sa ibabaw nito. Ito ay tinatawag na "letter fold."
h) I-rotate ang kuwarta 90 degrees at igulong muli ito sa isang parihaba. Magsagawa ng isa pang letter fold.
i) I-wrap ang kuwarta sa plastic wrap at palamigin ng 30 minuto.
j) Ulitin ang proseso ng rolling at folding nang dalawang beses, pinalamig ang kuwarta sa loob ng 30 minuto sa pagitan ng bawat fold.
k) Pagkatapos ng huling tiklop, palamigin ang kuwarta nang hindi bababa sa 2 oras o mas mabuti sa magdamag.
Ihanda ang pagpupuno:
l) Sa isang maliit na mangkok, paghaluin ang pinalambot na unsalted butter, brown sugar, at giniling na kanela hanggang sa maayos na pagsamahin. Itabi.
m) Hugis ang mga Croissant:
n) Sa ibabaw ng bahagyang floured, igulong ang croissant dough sa isang malaking parihaba na humigit-kumulang 1/4 pulgada ang kapal.
o) Ikalat ang inihandang pagpuno nang pantay-pantay sa buong ibabaw ng kuwarta.
p) Simula sa isang mahabang dulo, maingat na igulong ang kuwarta sa isang masikip na log.
q) Gamit ang isang matalim na kutsilyo, gupitin ang log sa pantay na laki, mga 1 pulgada ang lapad bawat isa.

r) Ilagay ang mga piraso sa isang baking sheet na nilagyan ng parchment paper, na nag-iiwan ng sapat na espasyo sa pagitan ng mga ito para sa pagpapalawak.

s) Takpan ang mga croissant ng isang malinis na tuwalya sa kusina at hayaang tumaas ang mga ito sa temperatura ng kuwarto sa loob ng 1 hanggang 2 oras, o hanggang dumoble ang laki.

MAGBAKE NG CROISSANTS:

t) Painitin muna ang iyong oven sa 375°F (190°C).

u) Ihurno ang mga croissant sa preheated oven sa loob ng 15 hanggang 20 minuto, o hanggang maging golden brown ang mga ito.

v) Ihanda ang Icing:

w) Sa isang maliit na mangkok, paghaluin ang powdered sugar, gatas, at vanilla extract hanggang sa makakuha ka ng makinis na icing.

x) Ice the Croissants:

y) Kapag medyo lumamig na ang mga croissant, ibuhos ang icing sa ibabaw ng bawat croissant.

z) Ihain at Tangkilikin:

aa) Handa nang ihain ang iyong finger bun croissant! Pinakamainam na tangkilikin ang mga ito nang sariwa, ngunit maaari kang mag-imbak ng anumang natira sa isang lalagyan ng airtight sa temperatura ng silid nang hanggang 2 araw.

bb) Tangkilikin ang iyong kasiya-siyang lutong bahay na finger bun croissant! Pinagsasama nila ang kabutihan ng mga croissant sa matamis at lasa ng kanela na palaman, na ginagawa itong isang perpektong treat para sa almusal o anumang oras ng araw.

81. Mga Croissant ng Almond Joy

MGA INGREDIENTS:
- Pangunahing croissant dough
- ½ tasang pinatamis na ginutay-gutay na niyog
- ½ tasang tinadtad na almendras
- ½ tasang semisweet chocolate chips
- 1 itlog na pinalo ng 1 kutsarang tubig

MGA TAGUBILIN:
a) Igulong ang croissant dough sa isang malaking parihaba.
b) Gupitin ang kuwarta sa mga tatsulok.
c) Sa isang mixing bowl, pagsamahin ang ginutay-gutay na niyog, tinadtad na almendras, at chocolate chips.
d) Ikalat ang pinaghalong niyog sa ilalim na kalahati ng bawat croissant.
e) Palitan ang itaas na kalahati ng croissant at pindutin nang dahan-dahan.
f) Ilagay ang mga croissant sa isang may linyang baking sheet, lagyan ng egg wash, at hayaang tumaas ng 1 oras.
g) Painitin muna ang oven sa 400°F (200°C) at i-bake ang mga croissant sa loob ng 20-25 minuto hanggang maging golden brown.

82. Mga Croissant ng Raspberry Almond

MGA INGREDIENTS:
- Pangunahing croissant dough
- ½ tasa ng raspberry jam
- ½ tasang hiniwang almendras
- 1 itlog na pinalo ng 1 kutsarang tubig

MGA TAGUBILIN:
a) Igulong ang croissant dough sa isang malaking parihaba.
b) Ikalat ang raspberry jam nang pantay-pantay sa ibabaw ng kuwarta.
c) Iwiwisik ang hiniwang mga almendras sa jam.
d) Gupitin ang kuwarta sa mga tatsulok.
e) Igulong ang bawat tatsulok pataas sa hugis na croissant.
f) Ilagay ang mga croissant sa isang may linyang baking sheet, lagyan ng egg wash, at hayaang tumaas ng 1 oras.
g) Painitin muna ang oven sa 400°F (200°C) at i-bake ang mga croissant sa loob ng 20-25 minuto hanggang maging golden brown.

83. Ham at Cheese Croissant

MGA INGREDIENTS:
- 6 na croissant
- 6 na hiwa ng ham
- 6 na hiwa ng Swiss cheese
- 1 itlog na pinalo ng 1 kutsarang tubig
- Asin at paminta para lumasa

MGA TAGUBILIN:
a) Painitin muna ang oven sa 350°F (175°C).
b) Hatiin ang mga croissant sa kalahating pahaba at itabi.

c) Maglagay ng slice ng ham at isang slice ng cheese sa bawat croissant.
d) Budburan ng asin at paminta.
e) Palitan ang itaas na kalahati ng croissant at pindutin nang dahan-dahan.
f) Ilagay ang mga croissant sa isang baking sheet at brush na may egg wash.
g) Maghurno ng 15-20 minuto hanggang matunaw ang keso at malutong ang croissant.

84. Mga Croissant ng Black Sesame Seed

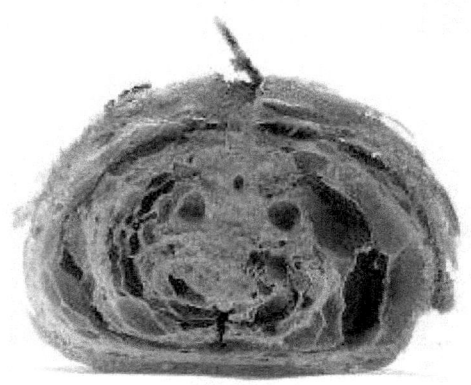

MGA INGREDIENTS:
- 1 ½ tasang all-purpose na harina
- 1 ½ kutsarita ng aktibong dry yeast
- ¼ tasa ng butil na asukal
- ½ kutsarita ng asin
- ⅔ tasa ng mainit na gatas
- ½ tasang unsalted butter, pinalambot
- 1 itlog, pinalo
- ½ tasang black sesame seeds

MGA TAGUBILIN:

a) Sa isang malaking mixing bowl, pagsamahin ang all-purpose flour, active dry yeast, granulated sugar, at asin. Haluing mabuti upang matiyak na ang mga tuyong sangkap ay pantay na ipinamahagi.

b) Idagdag ang mainit na gatas sa mga tuyong sangkap at ihalo hanggang sa magsimulang mabuo ang masa.

c) Ilipat ang kuwarta sa ibabaw ng floured at masahin ito ng mga 5-7 minuto hanggang sa maging makinis at elastic.

d) Ibalik ang kuwarta sa mangkok ng paghahalo, takpan ito ng malinis na tuwalya sa kusina, at hayaan itong magpahinga ng 10 minuto.

e) Pagkatapos magpahinga, igulong ang kuwarta sa isang parihaba na humigit-kumulang ¼ pulgada (0.6 cm) ang kapal.

f) Ikalat ang pinalambot na unsalted butter sa dalawang-katlo ng rolled-out dough, na iiwan ang isang-katlo na walang mantikilya.

g) I-fold ang unbuttered third ng kuwarta sa gitnang third. Pagkatapos ay tiklupin ang kabilang panig (na may mantikilya) din sa gitna, na lumilikha ng tatlong layer.

h) I-rotate ang kuwarta 90 degrees, kaya ang saradong gilid ay nasa iyong kaliwa. Pagulungin muli ang kuwarta sa isang parihaba at ulitin ang proseso ng pagtitiklop (tri-fold). Ang prosesong ito ay lumilikha ng mga layer na magbibigay sa mga croissant ng kanilang patumpik-tumpik na texture.

i) Ulitin ang proseso ng rolling at folding ng isa pang beses, pagkatapos ay balutin ang kuwarta sa plastic wrap at palamigin ito nang hindi bababa sa 30 minuto.

j) Painitin muna ang oven sa 375°F (190°C) at lagyan ng parchment paper ang isang baking sheet.

k) Igulong ang pinalamig na kuwarta sa huling pagkakataon sa kapal na humigit-kumulang ¼ pulgada (0.6 cm).

l) Gupitin ang kuwarta sa mga tatsulok sa pamamagitan ng paggawa ng mga diagonal na hiwa. Ang laki ng mga tatsulok ay maaaring mag-iba depende sa kung gaano mo kalaki ang iyong mga croissant.

m) Simula sa malawak na dulo ng bawat tatsulok, dahan-dahang igulong ang kuwarta patungo sa matulis na dulo, na bumubuo ng hugis na croissant.

n) Isawsaw ang bawat croissant sa pinalo na itlog, siguraduhing balot ito nang buo.

o) Magwiwisik ng itim na buto ng linga nang sagana sa pinilo na itlog sa bawat croissant, na tinitiyak na dumikit ang mga ito sa ibabaw.

p) Ilagay ang Black Sesame Seed Croissants sa inihandang baking sheet.

q) Ihurno ang mga croissant sa preheated oven sa loob ng humigit-kumulang 15-18 minuto, o hanggang sa maging golden brown ang mga ito at patumpik-tumpik.

r) Kapag naluto na, alisin ang mga croissant sa oven at ilipat ang mga ito sa wire rack upang bahagyang lumamig.

s) Ihain ang mainit at malasang Black Sesame Seed Croissant para sa almusal, brunch, o bilang isang masarap na meryenda.

85. Maanghang na Chorizo Croissant

MGA INGREDIENTS:
- Pangunahing croissant dough
- 6 oz. chorizo sausage, gumuho at niluto
- ¼ tasa ng ginutay-gutay na pepper jack cheese
- ¼ tasa ng diced na kamatis
- 1 itlog na pinalo ng 1 kutsarang tubig

MGA TAGUBILIN:
a) Igulong ang croissant dough sa isang malaking parihaba.
b) Gupitin ang kuwarta sa mga tatsulok.
c) Ikalat ang durog, nilutong chorizo, ginutay-gutay na pepper jack cheese, at diced na kamatis sa ilalim na kalahati ng bawat croissant.
d) Palitan ang itaas na kalahati ng croissant at pindutin nang dahan-dahan.
e) Ilagay ang mga croissant sa isang may linyang baking sheet, lagyan ng egg wash, at hayaang tumaas ng 1 oras.
f) Painitin muna ang oven sa 400°F (200°C) at i-bake ang mga croissant sa loob ng 20-25 minuto hanggang maging golden brown.

86. Maanghang na Pepperoni Croissant

MGA INGREDIENTS:
- Pangunahing croissant dough
- 6 oz. hiniwang pepperoni
- ¼ tasa ng ginutay-gutay na mozzarella cheese
- ¼ tasa diced green peppers
- 1 itlog na pinalo ng 1 kutsarang tubig

MGA TAGUBILIN:

a) Igulong ang croissant dough sa isang malaking parihaba.

b) Gupitin ang kuwarta sa mga tatsulok.

c) Ikalat ang hiniwang pepperoni, ginutay-gutay na mozzarella cheese, at diced green peppers sa ilalim na kalahati ng bawat croissant.

d) Palitan ang itaas na kalahati ng croissant at pindutin nang dahan-dahan.

e) Ilagay ang mga croissant sa isang may linyang baking sheet, lagyan ng egg wash, at hayaang tumaas ng 1 oras.

f) Painitin muna ang oven sa 400°F (200°C) at i-bake ang mga croissant sa loob ng 20-25 minuto hanggang maging golden brown.

87. Mga Croissant ng Cardamom

MGA INGREDIENTS:
- Pangunahing croissant dough
- 2 kutsarita ng ground cardamom
- ½ tasang unsalted butter, natunaw
- 1 itlog na pinalo ng 1 kutsarang tubig

MGA TAGUBILIN:
a) Igulong ang croissant dough sa isang malaking parihaba.
b) Sa isang maliit na mangkok, paghaluin ang ground cardamom at tinunaw na mantikilya.
c) Ipahid ang pinaghalong cardamom butter sa ibabaw ng kuwarta.
d) Gupitin ang kuwarta sa mga tatsulok.
e) Igulong ang bawat tatsulok pataas sa hugis na croissant.
f) Ilagay ang mga croissant sa isang may linyang baking sheet, lagyan ng egg wash, at hayaang tumaas ng 1 oras.
g) Painitin muna ang oven sa 400°F (200°C) at i-bake ang mga croissant sa loob ng 20-25 minuto hanggang maging golden brown.

88. Gingerbread Croissant

MGA INGREDIENTS:
- Pangunahing croissant dough
- 2 kutsaritang giniling na luya
- 1 kutsarita ng giniling na kanela
- ¼ kutsarita ng giniling na mga clove
- ¼ kutsarita ng ground nutmeg
- ½ tasang unsalted butter, natunaw
- ¼ tasa ng pulot
- 1 itlog na pinalo ng 1 kutsarang tubig

MGA TAGUBILIN:
a) Igulong ang croissant dough sa isang malaking parihaba.
b) Sa isang maliit na mangkok, paghaluin ang giniling na luya, giniling na kanela, giniling na mga clove, ground nutmeg, tinunaw na mantikilya, at pulot.
c) Ipahid ang gingerbread mixture sa ibabaw ng kuwarta.
d) Gupitin ang kuwarta sa mga tatsulok.
e) Igulong ang bawat tatsulok pataas sa hugis na croissant.
f) Ilagay ang mga croissant sa isang may linyang baking sheet, lagyan ng egg wash, at hayaang tumaas ng 1 oras.
g) Painitin muna ang oven sa 400°F (200°C) at i-bake ang mga croissant sa loob ng 20-25 minuto hanggang maging golden brown.

89. Curry Croissant

MGA INGREDIENTS:
- Pangunahing croissant dough
- 2 kutsarita ng curry powder
- ½ tasang unsalted butter, natunaw
- 1 itlog na pinalo ng 1 kutsarang tubig

MGA TAGUBILIN:
a) Igulong ang croissant dough sa isang malaking parihaba.
b) Sa isang maliit na mangkok, paghaluin ang curry powder at tinunaw na mantikilya.
c) Ipahid ang pinaghalong curry butter sa ibabaw ng kuwarta.
d) Gupitin ang kuwarta sa mga tatsulok.
e) Igulong ang bawat tatsulok pataas sa hugis na croissant.
f) Ilagay ang mga croissant sa isang may linyang baking sheet, lagyan ng egg wash, at hayaang tumaas ng 1 oras.
g) Painitin muna ang oven sa 400°F (200°C) at i-bake ang mga croissant sa loob ng 20-25 minuto hanggang maging golden brown.

90. Paprika Croissant

MGA INGREDIENTS:
- Pangunahing croissant dough
- 2 kutsarita ng paprika
- ½ tasang unsalted butter, natunaw
- 1 itlog na pinalo ng 1 kutsarang tubig

MGA TAGUBILIN:
a) Igulong ang croissant dough sa isang malaking parihaba.
b) Sa isang maliit na mangkok, paghaluin ang paprika at tinunaw na mantikilya.
c) Ipahid ang pinaghalong paprika butter sa ibabaw ng kuwarta.
d) Gupitin ang kuwarta sa mga tatsulok.
e) Igulong ang bawat tatsulok pataas sa hugis na croissant.
f) Ilagay ang mga croissant sa isang may linyang baking sheet, lagyan ng egg wash, at hayaang tumaas ng 1 oras.
g) Painitin muna ang oven sa 400°F (200°C) at i-bake ang mga croissant sa loob ng 20-25 minuto hanggang maging golden brown.

91. Mga Chili Croissant

MGA INGREDIENTS:
- Pangunahing croissant dough
- ½ kutsarita ng sili na pulbos
- ½ kutsarita ng cayenne pepper
- ½ tasang unsalted butter, natunaw
- 1 itlog na pinalo ng 1 kutsarang tubig

MGA TAGUBILIN:
a) Igulong ang croissant dough sa isang malaking parihaba.
b) Sa isang maliit na mangkok, paghaluin ang chili powder, cayenne pepper, at tinunaw na mantikilya.
c) Ipahid ang pinaghalong chili butter sa ibabaw ng kuwarta.
d) Gupitin ang kuwarta sa mga tatsulok.
e) Igulong ang bawat tatsulok pataas sa hugis na croissant.
f) Ilagay ang mga croissant sa isang may linyang baking sheet, lagyan ng egg wash, at hayaang tumaas ng 1 oras.
g) Painitin muna ang oven sa 400°F (200°C) at i-bake ang mga croissant sa loob ng 20-25 minuto hanggang maging golden brown.

92. Apple Cinnamon Croissant

MGA INGREDIENTS:
- Pangunahing croissant dough
- 2 mansanas, binalatan at hiniwa
- ¼ tasa ng butil na asukal
- 1 kutsarita ng giniling na kanela
- ½ tasang unsalted butter, natunaw
- 1 itlog na pinalo ng 1 kutsarang tubig

MGA TAGUBILIN:
a) Igulong ang croissant dough sa isang malaking parihaba.
b) Sa isang maliit na mangkok, paghaluin ang hiniwang mansanas, asukal, at kanela.
c) Ikalat ang pinaghalong mansanas nang pantay-pantay sa ibabaw ng kuwarta.
d) Ipahid ang tinunaw na mantikilya sa ibabaw ng kuwarta.
e) Gupitin ang kuwarta sa mga tatsulok.
f) Igulong ang bawat tatsulok pataas sa hugis na croissant.
g) Ilagay ang mga croissant sa isang may linyang baking sheet, lagyan ng egg wash, at hayaang tumaas ng 1 oras.
h) Painitin muna ang oven sa 400°F (200°C) at i-bake ang mga croissant sa loob ng 20-25 minuto hanggang maging golden brown.

93. Blueberry at Cream Cheese Croissant

MGA INGREDIENTS:
- Pangunahing croissant dough
- 4 ounces cream cheese, pinalambot
- ¼ tasa na pinapanatili ng blueberry
- 1 itlog na pinalo ng 1 kutsarang tubig
- Powdered sugar para sa pag-aalis ng alikabok

MGA TAGUBILIN:

a) Igulong ang croissant dough sa isang malaking parihaba.

b) Gupitin ang kuwarta sa mga tatsulok.

c) Sa isang mixing bowl, pagsamahin ang cream cheese at blueberry preserves.

d) Ikalat ang pinaghalong cream cheese sa ilalim na kalahati ng bawat croissant.

e) Palitan ang itaas na kalahati ng croissant at pindutin nang dahan-dahan.

f) Ilagay ang mga croissant sa isang may linyang baking sheet, lagyan ng egg wash, at hayaang tumaas ng 1 oras.

g) Painitin muna ang oven sa 400°F (200°C) at i-bake ang mga croissant sa loob ng 20-25 minuto hanggang maging golden brown.

h) Alikabok ng may pulbos na asukal bago ihain.

94. Bacon at Cheddar Croissant

MGA INGREDIENTS:
- Pangunahing croissant dough
- 6 na hiwa ng bacon, niluto at gumuho
- 1 tasang ginutay-gutay na cheddar cheese
- 1 itlog na pinalo ng 1 kutsarang tubig

MGA TAGUBILIN:
a) Igulong ang croissant dough sa isang malaking parihaba.
b) Gupitin ang kuwarta sa mga tatsulok.
c) Budburan ang ginutay-gutay na cheddar cheese at durog na bacon sa bawat tatsulok.
d) Pagulungin ang bawat tatsulok pataas, simula sa malawak na dulo, at hubugin ito sa isang gasuklay.
e) Ilagay ang mga croissant sa isang may linya na baking sheet, at hayaang tumaas ng 1 oras.
f) Painitin muna ang oven sa 400°F (200°C) at lagyan ng egg wash ang mga croissant.
g) Ihurno ang mga croissant sa loob ng 20-25 minuto hanggang sa maging golden brown at matunaw ang keso.

95. Spinach At Feta Croissant

MGA INGREDIENTS:
- Pangunahing croissant dough
- 1 tasa sariwang spinach, tinadtad
- ½ tasang durog na feta cheese
- 1 itlog na pinalo ng 1 kutsarang tubig

MGA TAGUBILIN:
a) Igulong ang croissant dough sa isang malaking parihaba.
b) Gupitin ang kuwarta sa mga tatsulok.
c) Ilagay ang tinadtad na spinach at crumbled feta cheese sa bawat tatsulok.
d) Pagulungin ang bawat tatsulok pataas, simula sa malawak na dulo, at hubugin ito sa isang gasuklay.
e) Ilagay ang mga croissant sa isang may linya na baking sheet, at hayaang tumaas ng 1 oras.
f) Painitin muna ang oven sa 400°F (200°C) at lagyan ng egg wash ang mga croissant.
g) Ihurno ang mga croissant sa loob ng 20-25 minuto hanggang sa maging golden brown at matunaw ang keso.

96. Mga Croissant ng Pizza

MGA INGREDIENTS:
- 1 sheet ng puff pastry, lasaw
- ½ tasa ng sarsa ng pizza
- ½ tasang ginutay-gutay na mozzarella cheese
- ¼ tasa hiniwang pepperoni
- 1 itlog, pinalo
- Italian seasoning, para sa pagwiwisik

MGA TAGUBILIN:

a) Painitin muna ang oven sa temperaturang nakasaad sa puff pastry package, karaniwang nasa 375°F (190°C).

b) Sa ibabaw ng bahagyang floured, ibuka ang lasaw na puff pastry sheet at igulong ito nang bahagya sa pantay na kapal.

c) Gamit ang kutsilyo o pizza cutter, gupitin ang puff pastry sa mga tatsulok. Dapat kang makakuha ng humigit-kumulang 6-8 na tatsulok, depende sa laki na gusto mo.

d) Ikalat ang isang manipis na layer ng pizza sauce sa bawat tatsulok ng puff pastry, na nag-iiwan ng maliit na hangganan sa paligid ng mga gilid.

e) Budburan ang ginutay-gutay na mozzarella cheese sa ibabaw ng pizza sauce layer sa bawat tatsulok.

f) Maglagay ng ilang hiwa ng pepperoni sa ibabaw ng keso, ipamahagi ang mga ito nang pantay-pantay.

g) Simula sa mas malawak na dulo ng bawat tatsulok, maingat na igulong ang pastry patungo sa matulis na dulo, na bumubuo ng hugis na croissant. I-seal ang mga gilid upang maiwasang tumulo ang laman habang nagluluto.

h) Ilagay ang mga inihandang pizza croissant sa isang baking sheet na nilagyan ng parchment paper, na nag-iiwan ng ilang espasyo sa pagitan ng mga ito upang lumawak habang nagluluto.

i) I-brush ang tuktok ng bawat croissant ng pinalo na itlog, na magbibigay sa kanila ng magandang gintong kulay kapag inihurnong.

j) Budburan ang Italian seasoning sa ibabaw ng bawat croissant para magdagdag ng dagdag na lasa.

k) I-bake ang Pizza Croissant sa preheated oven sa loob ng mga 15-18 minuto o hanggang sa maging golden brown at puffed up.

l) Kapag naluto na, alisin ang mga croissant sa oven at hayaang lumamig nang bahagya sa wire rack.

m) Ihain ang masarap na lutong bahay na Pizza Croissant bilang masarap na pagkain para sa tanghalian, hapunan, o bilang meryenda sa party. Tiyak na magiging hit sila sa parehong mga bata at matatanda.

97. Mga Croissant ng Cottage Cheese

MGA INGREDIENTS:
PARA SA DOUGH:
- ⅔ tasa ng gatas
- 1¼ tasa (150 g) cottage cheese ¼ tasa (60 g, 2 onsa) mantikilya
- 1 itlog
- ⅓ tasa (60 g, 2.4 onsa) na asukal
- 4 na tasa (500 g, 18 ounces) na all-purpose na harina
- 1 kutsarita ng vanilla sugar
- 1½ kutsarita aktibong dry yeast
- ½ kutsarita ng asin

PARA SA GLAZE:
- 1 pula ng itlog
- 2 kutsarang gatas
- 2 tablespoons almonds, tinadtad

MGA TAGUBILIN:

a) Masahin ang kuwarta sa isang makina ng tinapay. Hayaang magpahinga at tumaas ng 45 minuto.

b) Igulong ang handa nang lutuin na kuwarta sa isang bilog na 16 pulgada (40 cm) ang lapad at hatiin ito sa 12 triangular na sektor. Igulong ang bawat tatsulok, simula sa malawak na gilid nito.

c) Ilagay ang mga roll sa isang baking sheet na natatakpan ng oiled parchment paper at i-brush ang mga ito gamit ang glaze mix. Takpan ng tuwalya at hayaang magpahinga ng 30 minuto.

d) Painitin muna ang oven sa 400 degrees F (200 degrees C).

e) Maghurno sa preheated oven hanggang sa ginintuang kayumanggi sa loob ng 15 minuto.

98. Strawberry Cream Cheese Croissant

MGA INGREDIENTS:
- Pangunahing croissant dough
- 4 ounces cream cheese, pinalambot
- ¼ tasa ng pulbos na asukal
- ½ kutsarita vanilla extract
- ½ tasang diced strawberry
- 1 itlog na pinalo ng 1 kutsarang tubig

MGA TAGUBILIN:

a) Igulong ang croissant dough sa isang malaking parihaba.

b) Sa isang maliit na mangkok, paghaluin ang cream cheese, powdered sugar, at vanilla extract.

c) Ikalat ang pinaghalong cream cheese nang pantay-pantay sa ibabaw ng kuwarta.

d) Iwiwisik ang diced strawberries sa pinaghalong cream cheese.

e) Gupitin ang kuwarta sa mga tatsulok.

f) Igulong ang bawat tatsulok pataas sa hugis na croissant.

g) Ilagay ang mga croissant sa isang may linyang baking sheet, lagyan ng egg wash, at hayaang tumaas ng 1 oras.

h) Painitin muna ang oven sa 400°F (200°C) at i-bake ang mga croissant sa loob ng 20-25 minuto hanggang maging golden brown.

99. Mga Croissant ng Peach at Cream Cheese

MGA INGREDIENTS:
- Pangunahing croissant dough
- ½ tasa ng cream cheese, pinalambot
- ¼ tasa ng pulbos na asukal
- ½ kutsarita vanilla extract
- 1 hinog na peach, binalatan at hiniwa
- 1 itlog na pinalo ng 1 kutsarang tubig

MGA TAGUBILIN:
a) Igulong ang croissant dough sa isang malaking parihaba.
b) Sa isang maliit na mangkok, paghaluin ang cream cheese, powdered sugar, at vanilla extract.
c) Ikalat ang pinaghalong cream cheese nang pantay-pantay sa ibabaw ng kuwarta.
d) Ayusin ang hiniwang peach sa ibabaw ng cream cheese mixture.
e) Gupitin ang kuwarta sa mga tatsulok.
f) Igulong ang bawat tatsulok pataas sa hugis na croissant.
g) Ilagay ang mga croissant sa isang may linyang baking sheet, lagyan ng egg wash, at hayaang tumaas ng 1 oras.
h) Painitin muna ang oven sa 400°F (200°C) at i-bake ang mga croissant sa loob ng 20-25 minuto hanggang maging golden brown.

100. Brie at Apple Croissant

MGA INGREDIENTS:
- 1 sheet ng puff pastry, lasaw
- 4 ounces ng brie cheese, hiniwa
- 1 mansanas, hiniwa ng manipis
- 1 itlog, pinalo
- Honey, para sa pag-ambon

MGA TAGUBILIN:

a) Painitin muna ang oven sa temperaturang ipinahiwatig sa pakete ng puff pastry, karaniwang nasa 375°F (190°C).

b) Sa ibabaw ng bahagyang floured, ibuka ang lasaw na puff pastry sheet at igulong ito nang bahagya sa pantay na kapal.

c) Gamit ang kutsilyo o pizza cutter, gupitin ang puff pastry sa mga tatsulok. Dapat kang makakuha ng humigit-kumulang 6-8 na tatsulok, depende sa laki na gusto mo.

d) Maglagay ng ilang hiwa ng brie cheese sa bawat puff pastry triangle, na sumasakop sa gitnang bahagi.

e) Ayusin ang manipis na hiniwang piraso ng mansanas sa ibabaw ng brie cheese, siguraduhing ipamahagi ang mga ito nang pantay-pantay.

f) Simula sa mas malawak na dulo ng bawat tatsulok, maingat na igulong ang pastry patungo sa matulis na dulo, na bumubuo ng hugis na croissant. I-seal ang mga gilid upang maiwasang tumulo ang laman habang nagluluto.

g) Ilagay ang mga inihandang croissant sa isang baking sheet na nilagyan ng parchment paper, na nag-iiwan ng ilang espasyo sa pagitan ng mga ito upang lumawak habang nagluluto.

h) I-brush ang tuktok ng bawat croissant ng pinalo na itlog, na magbibigay sa kanila ng magandang gintong kulay kapag inihurnong.

i) Ihurno ang Brie at Apple Croissant sa preheated oven sa loob ng mga 15-18 minuto o hanggang sila ay maging golden brown at puffed up.

j) Kapag naluto na, alisin ang mga croissant sa oven at hayaang lumamig nang bahagya sa wire rack.

k) Ibuhos ang bawat croissant ng pulot bago ihain. Ang tamis ng pulot ay makadagdag sa creamy brie at sariwang hiwa ng mansanas.

l) I-enjoy ang iyong masarap na lutong bahay na Brie at Apple Croissant bilang isang masarap na pagkain para sa almusal, brunch, o bilang meryenda na may kasamang tasa ng tsaa o kape.

KONGKLUSYON

Habang tinatapos namin ang aming paglalakbay sa "ANG CRUFFIN BIBLIYA" naging cruffin aficionado ka na ngayon, armado ng kadalubhasaan at inspirasyon upang gawin ang mga masasarap na pastry na ito nang madali at mahusay. Na-explore mo ang 100 mahuhusay na recipe, bawat isa ay nag-aalok ng kakaibang profile ng lasa at isang kasiya-siyang karanasan sa cruffin. Ang matamis na bango ng tagumpay ay umaagos sa iyong kusina, at ang kagalakan ng pagbabahagi ng mga bagong lutong cruffin na ito sa mga mahal sa buhay ay isang alaala na dapat pahalagahan.

Pero hindi dito nagtatapos ang cruffin journey namin. Ang mga cruffin ay higit pa sa mga pastry; sila ay isang testamento sa magic ng pagluluto sa hurno. Nagdudulot sila ng kagalakan, init, at pagkamalikhain sa iyong kusina. Sinasagisag nila ang kagalakan ng pag-aaral, pag-eksperimento, at ang lubos na kasiyahan sa pagtikim ng mga bunga ng iyong paggawa.

Umaasa kaming patuloy kang mag-explore at mag-eksperimento, na inilalagay ang iyong sariling mga ideya at lasa sa iyong mga cruffin creations. Ang Cruffin Biblya ay mananatiling iyong pinagkakatiwalaang kasama, handang gabayan ka habang dinadala mo ang iyong mga pakikipagsapalaran sa cruffin sa bagong taas.

Kaya, salamat sa pagsama sa amin sa kasiya-siyang paglalakbay na ito. Panatilihing mainit ang mga oven, handa ang mga sangkap, at ang iyong pagkahilig sa mga cruffin ay nagniningas. Ang mundo ng mga cruffin ay sa iyo upang galugarin, at hindi kami makapaghintay na makita ang hindi kapani-paniwalang mga likhang cruffin na iyong bibigyang-buhay. Happy baking!

www.ingramcontent.com/pod-product-compliance
Lightning Source LLC
Chambersburg PA
CBHW071305110526
44591CB00010B/783